ஹரப்பா, கீழடியாக மாறியதா?

தென்னாசிய நாகரிகங்களை
அறிவியலின் பார்வையில் புரிந்துகொள்வோம்

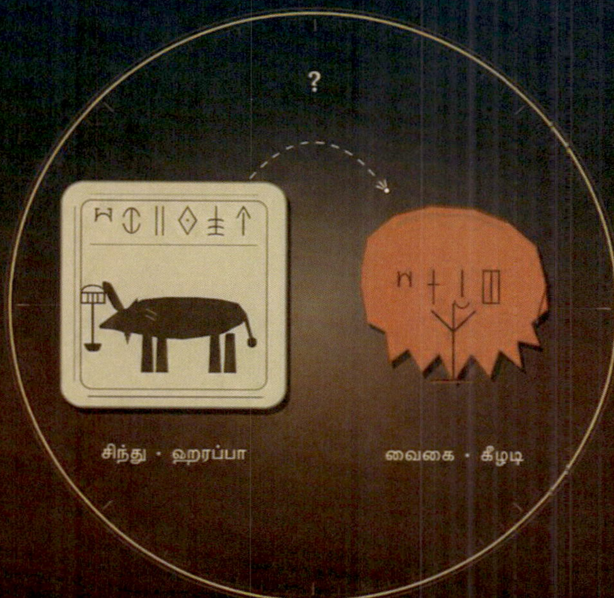

சிந்து முதல் வைகை வரை —
இரு நாகரிகங்களின் ஒப்பீட்டு பயணம்

டாக்டர் பெருமாள் புகழேந்தி

2026

தொல்லியல் · மரபணு அறிவியல் · மொழியியல்

ஹரப்பா,

கீழடியாக மாறியதா?

தெற்காசியாவின் நாகரிகங்களை
அறிவியல் கண்ணோட்டத்தில் புரிந்துகொள்ளல்

சிந்துவெளி முதல் வைகைக்கரை வரை —
ஒரு நாகரிக ஒப்பீட்டுப் பயணம்

பெருமாள் புகழேந்தி, Ph.D

2026 பதிப்பு

ஹரப்பா, கீழடியாக மாறியதா?

இந்நூல், சிந்துவெளி (ஹரப்பா) நாகரிகத்திற்கும் ஆரம்பகாலத் தமிழ் நகரமான கீழடிக்கும் இடையேயான உறவை, தொல்லியல், பண்டை மரபணு அறிவியல், மொழியியல், சுற்றுச்சூழல் ஆய்வு ஆகியவற்றின் வெளியிடப்பட்ட சான்றுகளின் அடிப்படையில் ஆராயும் ஒரு தொகுப்பு நூலாகும்.

இந்நூலில் வழங்கப்படும் காலக்கணிப்புகள், மரபணு விகிதங்கள், மற்றும் விளக்கப்படங்களில் உள்ள எண்மதிப்புகள் — வெளியிடப்பட்ட ஆய்வுகளை அடிப்படையாகக் கொண்ட தோராயங்களாகும். தொல்லியல் ஒரு வளர்ந்துகொண்டிருக்கும் அறிவியல்; புதிய அகழ்வுகளும் வெளியீடுகளும் இந்த விளக்கங்களைச் செம்மைப்படுத்தக்கூடும்.

இந்நூலின் நோக்கம் அறிவியல் தெளிவே; எந்த அரசியல், சமய, அல்லது இனக் கருத்துநிலையையும் முன்னிறுத்துவதன்று. சான்று என்ன சொல்கிறது, என்ன சொல்லவில்லை, எது இன்னும் தெரியவில்லை — என்பதை வேறுபடுத்திக் காட்டுவதே இதன் அடிப்படை.

கருப்பொருள்கள்

அறிவியல் தொல்லியலின் ஆற்றல் · தெற்காசிய நாகரிகங்களின் வளம் · அறிவியல் நேர்மை · உலகளாவிய ஒப்பீட்டுக் கண்ணோட்டம்

பொருளடக்கம்

படங்களின் பட்டியல்

அட்டவணைகளின் பட்டியல்

முன்னுரை

— ஒரு நாகரிகத்தை, அதன் மண் பேசத் தொடங்கும் முன்னும் பின்னும் —

நிலம் நினைவுகளைச் சுமக்கிறது. ஆறுகள் கரைகளில் கதைகளை எழுதுகின்றன. கலப்பை உழுத ஒவ்வொரு வயலிலும், காற்று அரித்த ஒவ்வொரு மேட்டிலும், கடந்துபோன வாழ்க்கைகளின் சுவடுகள் அமைதியாகக் காத்திருக்கின்றன — யாரேனும் வந்து வாசிக்கும் வரை.

தமிழ் நாகரிகத்தை, கீழடி அகழ்வுக்கு முன்பு, நாம் எப்படிக் கண்டோம்? சங்கப் பாடல்களின் வழியே. முத்தமிழின் இனிமையில், அகமும் புறமும் பேசிய அந்த இரண்டாயிரம் ஆண்டுக் குரல்களில். நகரங்களும் துறைமுகங்களும், அரசர்களும் வணிகர்களும், காதலும் போரும் — யாவும் கவிதையில் வாழ்ந்தன. ஆனால் அவை எழுத்தில் மட்டுமே நின்றன; மண்ணில் நிறுவப்படவில்லை. 'தமிழர் ஒரு நாகரிக மக்கள்' என்பது நம் உள்ளுணர்வாக இருந்தது; ஆனால் அதை, கல்லும் செங்கலும் இரும்பும் கொண்டு, அறிவியல் தராசில் நிறுத்திக் காட்ட நமக்குப் போதிய சான்று இல்லாதிருந்தது.

கீழடி, அந்த அமைதியை உடைத்தது. வைகையின் தென்கரையில், மண் ஆறு மீட்டர் ஆழம் வரை, அடுக்கடுக்காகக் கதை சொல்லத் தொடங்கியது. சுட்ட செங்கல் சுவர்கள் எழுந்தன; கருப்புச்-சிவப்பு மட்கலன்கள் வெளிப்பட்டன; இரும்புக் கருவிகள் தலைகாட்டின; மட்கலன் ஓடுகளில் — அறிஞர் மட்டுமல்ல, சாதாரண மக்களும் எழுதிய — நூற்றுக்கணக்கான தமிழ்-பிராமி எழுத்துகள் கண்டெடுக்கப்பட்டன. சங்கப் பாடல்கள் பாடிய உலகம், இப்போது நிற்க ஒரு தரையைப் பெற்றது. கவிதையின் குரலுக்கு, தொல்லியலின் சாட்சி கிடைத்தது.

இந்த மாற்றம் ஒரு புதிய கேள்வியையும் எழுப்பியது. சிந்துவெளியில், கி.மு. 2600-ல், உலகின் தொன்மையான பெருநகர நாகரிகங்களில் ஒன்று செழித்தது — ஹரப்பா. அதற்கும் கீழடிக்கும் இடையே என்ன உறவு? கீழடி, ஹரப்பாவின் தொடர்ச்சியா? அதன் வழித்தோன்றலா? அல்லது தன் வேர்களிலிருந்து தானே மலர்ந்த ஒரு தனி உலகமா? இந்தக் கேள்வியே இந்நூலின் இதயம்.

இக்கேள்விக்கு, முழக்கங்களால் விடை சொல்ல முடியாது; சான்றுகளால்தான் முடியும். எனவே இந்நூல், ஒரு பாதையைத் தேர்ந்தெடுக்கிறது: மண் அடுக்குகளை வாசிப்பது, கதிரியக்கக் கரியின் வயதைக் கணிப்பது, மட்கலன்களையும் கல்வெட்டுகளையும் ஒப்பிடுவது, பண்டை மரபணுவின்

கதையைக் கேட்பது. நாம் என்ன அறிகிறோம், என்ன ஊகிக்கிறோம், என்ன இன்னும் தெரியவில்லை — என்பதை, எந்த இடத்திலும் மறைக்காமல், வேறுபடுத்திக் காட்டுகிறது. தெரியாததைத் 'தெரியாது' என்று சொல்லும் தைரியமே, அறிவியலின் நேர்மை.

இந்நூலை எழுதியதன் நோக்கம், ஒன்றே ஒன்று: இந்த அறிவை, எல்லா வயதினரின் கைகளிலும் சேர்ப்பது. பள்ளிக் குழந்தைக்கும், கல்லூரி இளைஞருக்கும், வயல் பார்க்கும் முதியவருக்கும் — யாவருக்கும் புரியும் எளிய தமிழில், ஆனால் அறிவியலின் கண்டிப்பைக் குறைக்காமல். ஏனெனில் ஒரு மக்கள் தம் கடந்தகாலத்தை எப்படிப் புரிந்துகொள்கிறார்களோ, அப்படியே தம்மையும் புரிந்துகொள்கிறார்கள். அந்தப் புரிதல், கட்டுக்கதைகளின் மீதல்ல, சான்றுகளின் மீது நிற்க வேண்டும்.

கீழடியும் ஹரப்பாவும் — இரு பெருநாகரிகங்கள், இரு நதிக்கரைகள், ஓர் ஆழமான மானுட மரபு. அவற்றுக்கிடையேயான உறவின் கதையை, இந்நூல், படிப்படியாக, பொறுமையாக, உங்கள் முன் விரிக்கிறது. பயணம் இங்கே தொடங்குகிறது.

— ஆசிரியர்

முகவுரை — நோக்கமும் முறையும்

இந்நூலின் ஆசிரியருக்கு இக்கேள்விகளில் ஆர்வம் பிறந்தது கல்லூரி நாட்களில். பண்டைய தளங்கள் வெறும் ஆர்வப் பொருளாக அல்லாமல், அண்டை வீட்டாரைப் போல் அருகிலேயே இருந்த ஒரு நிலத்தில் வளர்ந்ததால். வயலில் கலப்பை பாய்ந்தால், இரண்டாயிரம் ஆண்டுப் பழமையான ஒரு மட்கலன் ஓடு புரண்டெழும் இடம் அது. கடந்தகாலம், அங்கே, கையளவு தொலைவில் இருந்தது.

இப்பதிப்பில், ஹரப்பா மற்றும் கீழடி குறித்த முக்கியப் பகுப்பாய்வு அத்தியாயங்கள் சமீபத்திய கண்டுபிடிப்புகளுடன் புதுப்பிக்கபபட்டுள்ளன. உலகின் பிற நாகரிக மாற்றங்களையும் இந்தக் கேள்வியின் வெளிச்சத்தில் இந்நூல் ஒப்பிட்டுப் பார்க்கிறது; கீழடியின் சான்று இன்னும் முழுமையாக வெளியிடப்படாமல் எஞ்சியுள்ள இடைவெளியை, நேர்மையாக விவரிக்கிறது.

நூல் முழுவதும் நான்கு கருப்பொருள்கள் இழையோடுகின்றன முதலாவது, அறிவியல் தொல்லியலின் ஆற்றல் — மண்ணின் அடுக்குகளையும், மட்கலன் ஓடுகளையும், பண்டை மரபணுவையும் வாசித்து, கடந்தகாலத்தை மீட்டெடுக்கும் திறன். இரண்டாவது, தெற்காசிய நாகரிகங்களின் அசாதாரண வளம். மூன்றாவது, தெரியாததைத் 'தெரியாது என நேர்மையாக ஒப்புக்கொள்ளும் அறிவியல் நேர்மை. நான்காவது, உலகளாவிப ஒப்பீட்டுக் கண்ணோட்டம் — தென்னாசியாவின் கதையை, மனிதகுல வரலாற்றின் பரந்த பின்னணியில் வைத்து நோக்குதல்.

நூல் ஆறு பகுதிகளாக அமைந்துள்ளது: கடந்தகாலத்தை வாசிக்கும் முறைகள்; சிந்து நாகரிகம்; கீழடிக்கு முந்தைய தென்னிந்தியா; இரு நாகரிகங்களின் முறையான ஒப்பீடு; சான்றுகளின் தொகுப்பு; இறுதியாக, பாரம்பரியம், அரசியல், உலகளாவியக் கண்ணோட்டம். ஒவ்வோர் அத்தியாயமும், அதற்கு முந்தைய அத்தியாயத்தின் அடித்தளத்தின் மீது கட்டப்படுகிறது.

பகுதி I · கடந்தகாலத்தை வாசித்தல்

தொல்லியல் · சான்றுகள் · முறைகள்

அத்தியாயம் 1 · இந்தக் கேள்வியை ஏன் கேட்க வேண்டும்?

தெற்காசியத் தொல்லியல் இரு பெரும் நாகரிக மரபுகளுக்கு இடையே நிற்கிறது — இவை இதுவரை பெரும்பாலும் தனித்தனியே ஆராயப்பட்டன. வடமேற்கில் சிந்துவெளி நாகரிகம் கி.மு. 2600 முதல் 1900 வரை செழித்தது; தெற்கில், தமிழ் நதிக்கரைகளில், கி.மு. முதல் ஆயிரமாண்டில் ஒரு தனித்துவமான நகரக் கலாச்சாரம் மலர்ந்தது. கீழடியில் 2015 முதல் நடந்த அகழ்வுகள், அந்தப் பிரிவினையைப் பேணுவதையே கடினமாக்கிவிட்டன.

1.1 தெற்காசியாவின் தொல்லியல் நிலப்பரப்பு

தெற்காசியா புவியியல் ரீதியாக அபூர்வமான பன்முகத்தன்மை கொண்டது — இமயமலைப் பனிச்சிகரம் முதல் தக்காணப் பீடபூமி வரை, தார் பாலைவனம் முதல் கேரளப் பெருமழைக்காடு வரை. இந்தப் பரந்த நிலத்தில் தோன்றிய ஒவ்வொரு பெரும் நாகரிகமும் நதிகளை மையமாகக் கொண்டது. சிந்து நதியும் கக்கர்-ஹக்ரா நதியும் ஹரப்பா உலகைத் தாங்கிநிறுத்தின; வைகையும் தாமிரபரணியும் தமிழ்நாட்டை வளர்த்தன. நீரும் நிலமும் எங்கே சந்தித்தனவோ, அங்கே மக்கள் கூடினர்; நகரங்கள் எழுந்தன.

இன்று தொல்லியலாளர்களுக்குக் கிடைக்கும் கருவிகள், 1920-களில் ஹரப்பாவில் நடந்த காலனிய கால அகழ்வுகளைவிட மிக மேம்பட்டவை. மண் அடுக்குப் பகுப்பாய்வு, கதிரியக்கக் காலக்கணிப்பு, மகரந்த ஆய்வு, பண்டை மரபணு அறிவியல், செயற்கைக்கோள் படிமம் — இவை அனைத்தும் சேர்ந்து, மறைந்துபோன நாகரிகங்களை வியக்கத்தக்க நுட்பத்துடன் மீட்டெடுக்க உதவுகின்றன.

படம் 1.1. *தெற்காசியாவில் இரு நாகரிக மண்டலங்கள்: வடமேற்கில் சிந்து உலகம், தெற்கில் வைகை–தாமிரபரணித் தமிழகம்.*

1.2 ஹரப்பாவும் கீழடியும் ஏன் முக்கியம்?

ஹரப்பா முக்கியம், ஏனெனில் அது இன்னும் முழுமையாகப் புரிந்துகொள்ளப்படாத ஒரு நகரச் சாதனையைக் கொண்டுள்ளது. மூன்று முதல் ஐந்து மில்லியன் மக்கள் வாழ்ந்த இந்த நாகரிகம், பரப்பளவில் அன்றைய மெசொப்பொத்தேமியாவையும் எகிப்தையும் சேர்த்ததைவிடப்

பெரியது. ஆயினும் அதன் எழுத்து இன்னும் வாசிக்கப்படவில்லை; அதன் ஆட்சிமுறை இன்னும் தெளிவில்லை. பெருமையும் புதிரும் ஒருங்கே கொண்ட நாகரிகம் அது.

கீழடி முக்கியம், ஏனெனில் அது ஓரங்கட்டப்பட மறுக்கிறது. 2015-க்கு முன் பெரும்பாலான அறிஞர்கள் கேள்விப்படாத ஒரு தளத்தில், முறையான அகழ்வு, கி.மு. முதல் ஆயிரமாண்டின் தொடக்கத்திலேயே ஒரு குடியிருப்பை வெளிப்படுத்தியுள்ளது. மட்கலன் ஓடுகளில் நூற்றுக்கணக்கான தமிழ்-பிராமி எழுத்துகள், பரவலான எழுத்தறிவை நிரூபிக்கின்றன. கீழடி ஒரு கிராமம் அல்ல; அது ஏற்கனவே ஒரு நகரம்.

அட்டவணை 1.1. ஹரப்பாவும் கீழடியும் — ஒரு விரைவுப் பார்வை.

அம்சம்	ஹரப்பா (சிந்துவெளி)	கீழடி (தமிழகம்)
உச்சக் காலம்	கி.மு. ~2600–1900	கி.மு. ~600–300
இடம்	சிந்து – கக்கர்–ஹக்ரா (வடமேற்கு)	வைகைப் படுகை (தமிழ்நாடு)
அளவு	~15 லட்சம் ச.கி.மீ.; 50 லட்சம் மக்கள் வரை	~110 ஹெக்டேர் (மதிப்பீடு); நதிப்படுகை நகரம்
எழுத்து	சிந்து எழுத்து — வாசிக்கப்படவில்லை 	தமிழ்-பிராமி — வாசிக்கத்தக்கது 
மட்கலன்	பல்வேறு; சில BRW 	கருப்பு-சிவப்பு மட்கலன் (BRW) ஆதிக்கம் 
இடைவெளி	இரு நாகரிகங்களையும் பிரிப்பது ~1,300 ஆண்டுகள்	

1.3 தொல்லியலும் கதைசொல்லலும்

இந்நூல் கடைப்பிடிக்கும் மிக முக்கியமான கட்டுப்பாடு இதுவே: தொல்லியல் எதை நிறுவுகிறது, எதைத் தெரிவிக்கிறது, எதை நிறுவ முடியாது — என்பதைத் தெளிவாக வேறுபடுத்துவது. ஒரு புதிய, ஈர்க்கக்கூடிய கண்டுபிடிப்பு வெளிவரும்போது, அதைச் சுற்றி உடனடியாக மிகை-உரிமைகள்

முளைக்கின்றன. 'இரு தளங்களுக்கிடையே ஒற்றுமை இருக்கிறது, எனவே ஒன்று மற்றொன்றிலிருந்து நேரடியாக வந்தது' — இப்படிப்பட்ட எளிய முடிவுகள், சான்றுகளின் எடையைத் தாங்க வல்லவை அல்ல. அவசரமான முடிவுகளைவிட, பொறுமையான ஆய்வே நமக்கு உண்மையை அளிக்கும்.

அடிப்படைக் கொள்கை: *இரு தளங்களுக்கிடையேயான பொருட்கலாச்சார ஒற்றுமைகள் நான்கு வழிகளில் உருவாகலாம்: (அ) நேரடிக் கலாச்சாரத் தொடர்ச்சி; (ஆ) வர்த்தகம் அல்லது இடப்பெயர்வு வழியான பரவல்; (இ) தனித்தனியாக நிகழ்ந்த இணையான கண்டுபிடிப்பு; (ஈ) ஒரு பொதுவான தெற்காசியக் கலாச்சார அடித்தளத்தில் பங்கேற்பு. கவனமான காலக்கணிப்பும் சூழல் பகுப்பாய்வும் மட்டுமே இந்த நான்கையும் வேறுபடுத்த வல்லவை.*

> *இந்த நான்கு சாத்தியங்களையும் வேறுபடுத்த, முதலில் தொல்லியல் எவ்வாறு சான்றைக் கட்டமைக்கிறது என்பதைப் புரிந்துகொள்ள வேண்டும். அடுத்த அத்தியாயம் அந்த முறைகளுக்கே அர்ப்பணமானது.*

அத்தியாயம் 2 · தொல்லியலாளர்கள் கடந்தகாலத்தை எப்படி மீட்டெடுக்கிறார்கள்?

தொல்லியல் என்பது உடல்-எச்சங்களின் முறையான பகுப்பாய்வின் மீது கட்டப்பட்ட ஓர் அனுமான நெறிமுறை. பொருட்கள் எப்போது, எங்கே, எவ்வாறு அமைந்திருந்தன என்பதிலிருந்து, அறிஞர்கள் மக்களின் வாழ்க்கையை மீளக் கட்டமைக்கிறார்கள். மண்தான் ஆவணம்; அடுக்குதான் காலக்கோடு.

2.1 அகழ்வு: கொள்கையும் நடைமுறையும்

நவீன அகழ்வு என்பது மண் அடுக்குகளைக் கவனமாக அகற்றுவது மட்டுமல்ல — கண்டெடுக்கப்படும் ஒவ்வொரு பொருளையும் மூன்று பரிமாணங்களில் துல்லியமாகப் பதிவுசெய்வதும் ஆகும். ஒரு பொருளின் இடமும், அதைச் சுற்றியுள்ள மண்ணும், அதனுடன் இருந்த பிற பொருட்களும்தாம், அந்தப் பொருளுக்கு அர்த்தம் தருகின்றன. சூழலை இழந்த ஒரு கலைப்பொருள், அதன் கதையின் பெரும்பகுதியை இழக்கிறது.

கீழடியில் 2023 வரை ஏழு களப் பருவங்கள் நடைபெற்று, பல்லாயிரம் சதுர மீட்டர் பரப்பு அகழப்பட்டுள்ளது. சில இடங்களில் மண், ஆறு மீட்டர் ஆழம் வரை கலாச்சாரப் படிவங்களைக் கொண்டுள்ளது — அதாவது, பல நூற்றாண்டுகளாகத் தொடர்ந்த குடியிருப்பின் சாட்சி.

படம் 2.1. சான்றிலிருந்து அறிவுக்கு: தொல்லியல் அனுமானச் சங்கிலியின் படிநிலைகள்.

கடந்தகாலத்தை நேரடியாக நாம் காண முடியாது; சான்றுகளை சேகரித்து, பதிவு செய்து, விளக்கி, சேர்த்து, மீண்டும் மீண்டும் சீரிபார்த்து தான் நம்பகமான அறிவை உருவாக்குகிறோம்.

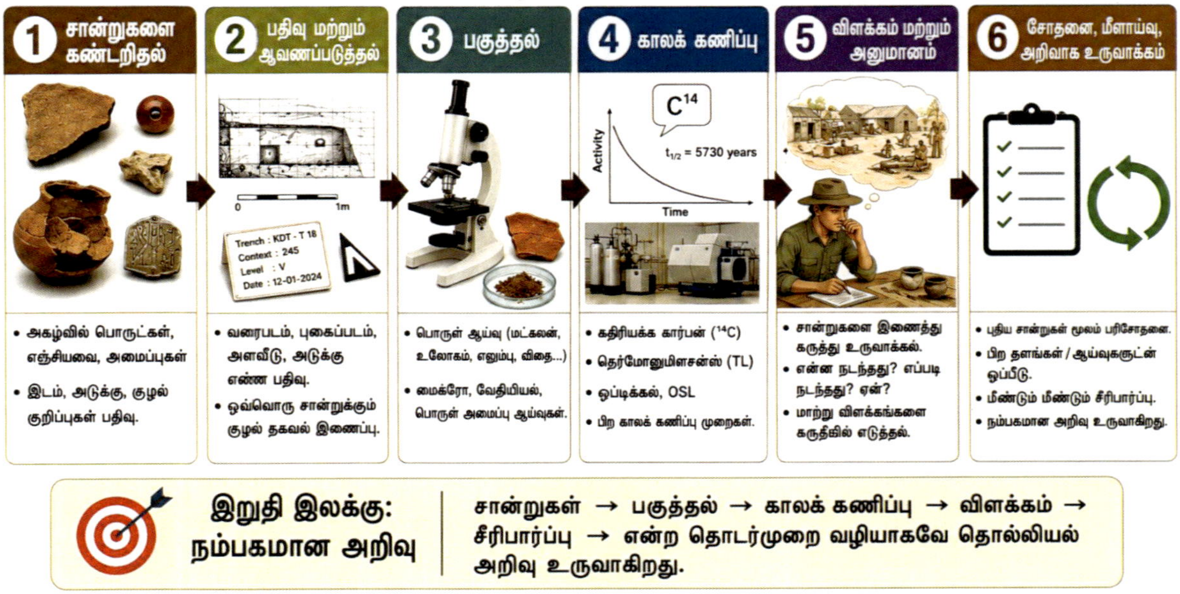

2.2 மண் அடுக்குப் பகுப்பாய்வு

மண் அடுக்குக் கொள்கை எளிமையானது: இயற்கையான நிலைமைகளில், பழைய அடுக்குகள் புதியவற்றுக்குக் கீழே இருக்கும். எனவே, ஆழம் காலத்தைக் குறிக்கிறது. கீழடியில் ஒன்பது குடியிருப்பு அடுக்குகள் — மேலிருந்து கீழாக I முதல் IX வரை — அடையாளம் காணப்பட்டுள்ளன. ஒவ்வோர் அடுக்கும் ஒரு கால அத்தியாயம்; அவற்றின் வரிசை, நகரத்தின் வாழ்க்கை வரலாறு.

படம் 2.2. கீழடியின் ஒன்பது குடியிருப்பு அடுக்குகள் — ஆழமே காலத்தின் கோடு.

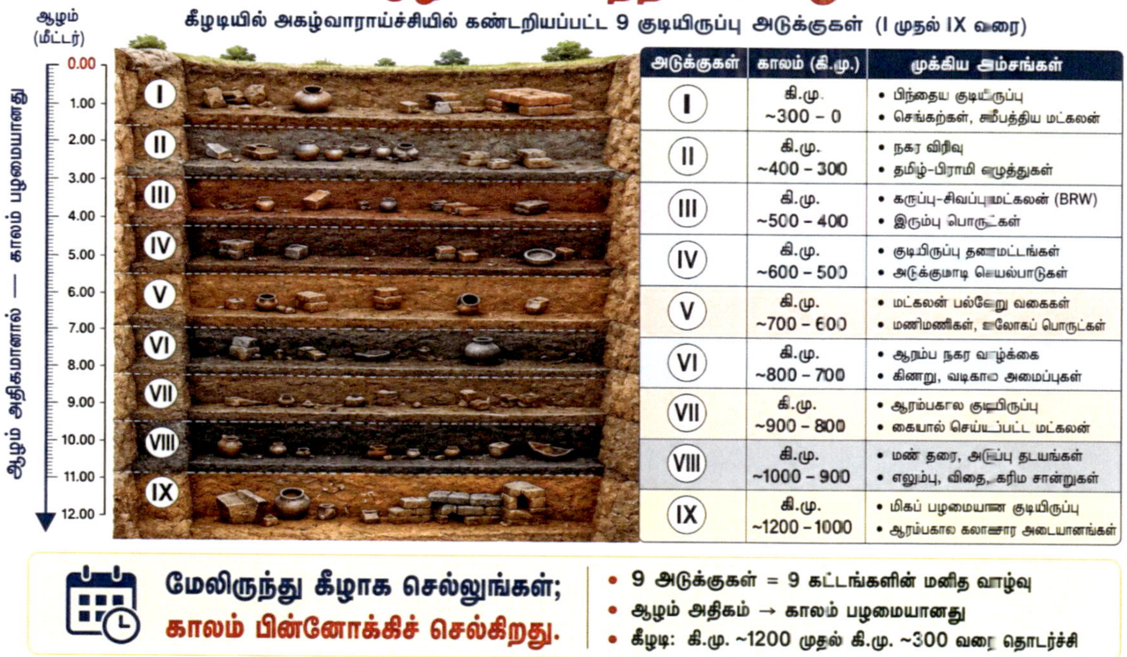

2.3 காலக்கணிப்பு முறைகள்: முழுமையான காலக்கோட்டைக் கட்டமைத்தல்

மண் அடுக்கு, எது எதற்கு முந்தையது என்பதைச் சொல்லும் — ஆனால் எத்தனை ஆண்டுகளுக்கு முந்தையது என்பதைச் சொல்லாது. அதற்கு, முழுமையான காலக்கணிப்பு முறைகள் தேவை. கதிரியக்கக கரி (^{14}C) காலக்கணிப்பு இவற்றுள் தலையாயது: உயிரினங்கள் இறந்தபின், அவற்றில் உள்ள கதிரியக்கக் கார்பன்-14 குறிப்பிட்ட வேகத்தில் சிதைகிறது. அந்தச் சிதைவை அளப்பதன் மூலம், மரம், விதை, எலும்பு போன்றவற்றின் வயதைக் கணிக்க முடியும். நவீன AMS முறை, கிட்டத்தட்ட ±50 முதல் ±150 ஆண்டுகள் வரை துல்லியம் தருகிறது.

வெப்ப ஒளிர்வு (TL) மற்றும் ஒளி தூண்டப்பட்ட ஒளிர்வு (OSL) ஆகியவை வேறு வகை. இவை, மட்கலன் கடைசியாகச் சூடேற்றப்பட்ட நேரத்தையோ, அல்லது மண் படிவு கடைசியாகச் சூரிய ஒளியில் வெளிப்பட்ட நேரத்தையோ அளக்கின்றன. பல முறைகளை ஒன்றிணைத்து, பல மாதிரிகளைப் பயன்படுத்துவதே, நம்பகமான காலக்கோட்டை உருவாக்கும் வழி.

அட்டவணை 2.1. தொல்லியலின் காலக்கணிப்பு முறைகள்.

முறை	எதை அளக்கிறது	வரம்பு / துல்லியம்
 1. கதிரியக்கக் கரி (^{14}C / AMS)	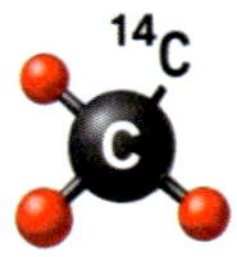 கரிமப் பொருளில் கார்பன்-14 சிதைவு	 ~50,000 ஆண்டுகள் வரை; ±50–150 ஆண்டு
 2. வெப்ப ஒளிர்வு (TL)	 மட்கலன் கடைசியாகச் சூடேற்றப்பட்ட காலம்	 சுட்ட களிமண்/ சூளைப் பொருட்களுக்கு
 3. ஒளி ஒளிர்வு (OSL)	 மண் கடைசியாகச் சூரிய ஒளி கண்ட காலம்	 படிவு அடுக்குகளுக்கு ஏற்றது
 4. சார்பு காலக்கணிப்பு	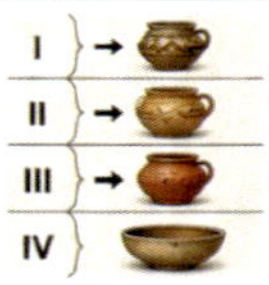 அடுக்கு வரிசை · மட்கலன் பாணி வரிசை	 'முந்தையது/ பிந்தையது' — ஆண்டு அல்ல

2.4 பொருட்கலாச்சாரமும் கலைப்பொருள் பகுப்பாய்வும்

தொல்லியலாளரின் மிகவும் வலிமையான கண்டறிதல் கருவி, மட்கலன். அதன் களிமண், வடிவம், சுடப்பட்ட வெப்பநிலை, அலங்காரம் — இவை காலம் மற்றும் இடம் வழியே வேறுபடுகின்றன; கலாச்சாரக் கைரேகைகளாகச் செயல்படுகின்றன. இரும்பு, செப்பு, கல் கருவிகள், முத்திரைகள், கல்வெட்டுகள், மணிகள், விலங்கு எலும்புகள், தாவர எச்சங்கள் — ஒவ்வொன்றும் தனித்துவமான சான்று மதிப்பைக் கொண்டுள்ளன. இவற்றை ஒன்றிணைத்து வாசிப்பதே, கடந்தகாலத்தை மீட்கும் கலை.

> *முறைகள் கைவசம் இருக்கும்போது, அவற்றை முதலில் எங்கே செலுத்த வேண்டும்? இரு நாகரிகங்களின் உறவை மதிப்பிடுவதற்கான ஒற்றை மிக முக்கியமான உண்மை — அவற்றுக்கிடையேயான காலம். அதை அடுத்த அத்தியாயம் ஆராய்கிறது.*

அத்தியாயம் 3 · காலக்கோடும் அறிவியல் காலமும்

ஹரப்பாவுக்கும் கீழடிக்கும் இடையேயான உறவை மதிப்பிடுவதற்கான மிக முக்கியமான உண்மை, காலம் சார்ந்தது: முதிர்ந்த ஹரப்பா நகரமைப்பு கி.மு. ~1900-ல் வீழ்ந்தது — கீழடி நிறுவப்படுவதற்குச் சுமார் 1,300 ஆண்டுகள் முன்பு. இந்த இடைவெளி ஒரு சிறு குறிப்பல்ல; இது, இரு நாகரிகங்களுக்கிடையே சாத்தியமான உறவுகளின் வரம்பையே வரையறுக்கும் ஓர் அடிப்படைக் கட்டுப்பாடு.

3.1 ஹரப்பாவின் காலக்கட்டமைப்பு

சிந்துவெளி நாகரிகம் மூன்று பரந்த கட்டங்களாகப் பிரிக்கப்படுகிறது: ஆரம்பகால ஹரப்பா (கி.மு. 3300–2600), முதிர்ந்த ஹரப்பா (கி.மு. 2600–1900), மற்றும் பிந்தைய ஹரப்பா (கி.மு. 1900–1300). இந்தத் தேதிகள், சிந்து அமைப்பு முழுவதிலுமிருந்து பெறப்பட்ட நூற்றுக்கணக்கான AMS கதிரியக்க நிர்ணயங்களை அடிப்படையாகக் கொண்டவை — ஊகம் அல்ல, அளவீடு.

சுமார் 700 ஆண்டுகள் நீடித்த முதிர்ந்த கட்டம், பெரும் நகர மையங்களை உருவாக்கியது: ஹரப்பா, மொகெஞ்சொ-தாரோ, தோலாவீரா, ராகிகர்ஹி, லோத்தல். கி.மு. 1900 முதல் தொடங்கிய மாற்றம், திடீர் வீழ்ச்சி அல்ல — இரண்டு முதல் மூன்று நூற்றாண்டுகள் நீடித்த, படிப்படியான நகரச் சுருக்கம்.

3.2 கீழடியின் காலக்கட்டமைப்பு

கீழடியின் வெளியிடப்பட்ட கதிரியக்கத் தேதிகள், கிட்டத்தட்ட கி.மு. 800 முதல் கி.பி. 200 வரை பரவியுள்ளன; முக்கியக் குடியிருப்பு, கி.மு. ~600 முதல் ~300 வரை குவிந்துள்ளது. கி.மு. 800-க்கும் முந்தைய குடியிருப்பு குறித்த சில கூற்றுகள் உண்மையான தேதிகளை அடிப்படையாகக் கொண்டவையே; ஆனால் அவற்றை எச்சரிக்கையுடன் விளக்க வேண்டும்.

ஏனெனில், கதிரியக்கத் தேதிகள், கலாச்சாரச் சூழலுடன் உறுதியாகத் தொடர்புடைய மாதிரிகளுக்கு மட்டுமே நம்பகமானவை. மண்ணில் கீழிறங்கிய கரியோ, மீண்டும் பயன்படுத்தப்பட்ட பழைய மரமோ — உண்மையான கலாச்சார நிகழ்வைவிடப் பழமையான தேதியைக் காட்டக்கூடும். எனவேதான், ஒவ்வொரு தேதிக்கும் அதன் சூழல் முக்கியம்.

படம் 3.1. சிந்துவெளியும் தென்னிந்தியாவும்:
இணையான காலக்கோடு, இடையே ~1,300 ஆண்டு இடைவெளி.

அட்டவணை 3.1. இணையான காலக்கோடு — சிந்துவெளியும் தென்னிந்தியாவும்.

தோராயக் காலம் (கி.மு.)	சிந்துவெளி (வடமேற்கு)	தென்னிந்தியா / கீழடி
கி.மு. 3300 – 2600	 ஆரம்பகால ஹரப்பா	 நியோலிதிக் (சாம்பல் மேடுகள்)
கி.மு. 2600 – 1900	 முதிர்ந்த ஹரப்பா — பெருநகரங்கள்	 நியோலிதிக் / ஆரம்ப மகாஷ்மியம்
கி.மு. 1900 – 1300	 பிந்தைய ஹரப்பா — நகரச் சுருக்கம்	 மகாஷ்மிய இரும்புக் காலம் (BRW)
கி.மு. 1300 – 600	 ~1,300 ஆண்டு இடைவெளி	 இரும்புக் காலம் தொடர்ச்சி; ஆதிச்சநல்லூர்
கி.மு. 600 – 300	—	 கீழடி — நகர்ப்புற உச்சம்

3.3 ~1,300 ஆண்டு இடைவெளியும் அதன் முக்கியத்துவமும்

முதிர்ந்த ஹரப்பா நகரவாழ்வின் வீழ்ச்சிக்கும் (கி.மு. 1900), கீழடியின் நிறுவலுக்கும் (கி.மு. 600) இடையே, கிட்டத்தட்ட 1,300 ஆண்டுகள் கிடக்கின்றன. ஆனால் இந்த இடைவெளி ஒரு வெறுமை அல்ல. சுவாட் பகுதியின் கல்லறைக் கலாச்சாரம், காவித்-வண்ண மட்கலன் கலாச்சாரம், தென்னிந்திய நியோலிதிக் மற்றும் ஆரம்ப மகாஷ்மிய மரபுகள் — இவை அனைத்தும், துணைக்கண்டம் முழுவதும் தொடர்ந்த கலாச்சார உயிர்ப்பைச் சான்றுபடுத்துகின்றன. வாழ்க்கை தொடர்ந்தது; ஆனால் அந்தத் தொடர்ச்சி, இடைநிலைச் சமூகங்கள் வழியேதான்.

~1,300 ஆண்டு இடைவெளியே, நேரடி ஹரப்பா–கீழடித் தொடர்ச்சி குறித்த எந்தக் கூற்றுக்கும் மிக முக்கியமான கட்டுப்பாடு. இரு நாகரிகங்களுக்கிடையேயான எந்த உறவும், இடைப்பட்ட கலாச்சார மாற்றங்களால் கட்டாயம் மத்தியஸ்தம் செய்யப்படுகிறது — நேரடியாக அல்ல.

படம் 3.2. கதிரியக்கக் கரி-14: உயிரினம் இறந்தபின் சிதையும் கடிகாரம்.

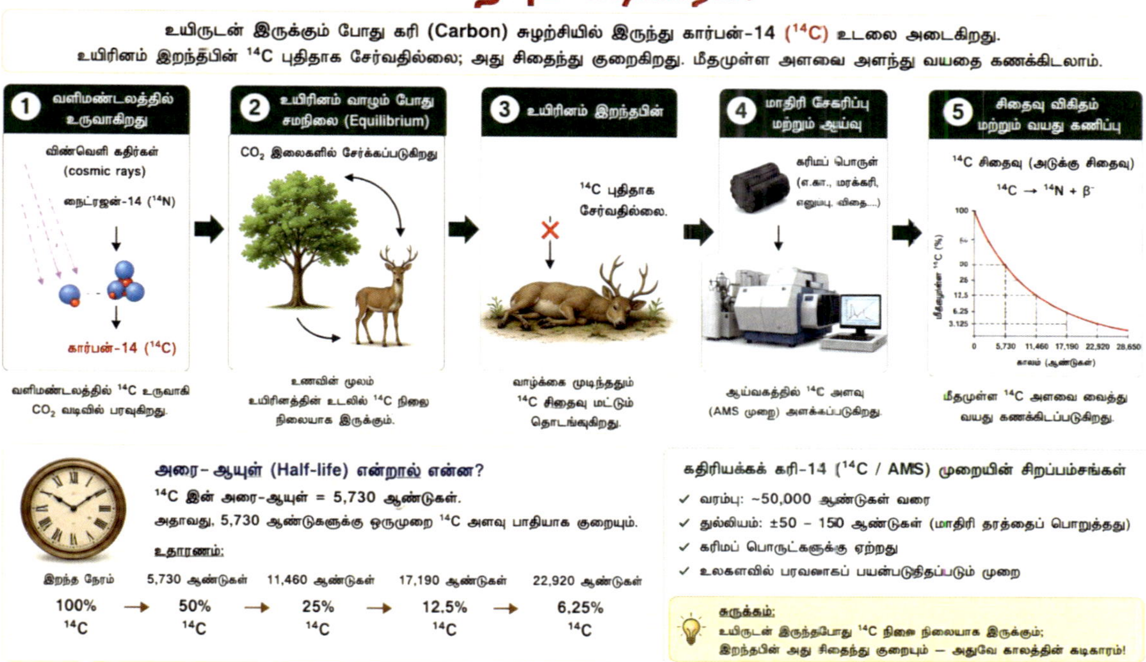

காலம் இரு நாகரிகங்களைப் பிரிக்கிறது என்றால், இடமும் அவற்றை வடிவமைத்தது. நதிகள், மண், காலநிலை — இவை ஒவ்வொரு நாகரிகத்துக்கும் தனித்துவமான விதியை எழுதின. அதை அடுத்த அத்தியாயம் காண்கிறது.

அத்தியாயம் 4 · நிலங்கள், நதிகள், காலநிலை, நாகரிகம்

ஒவ்வொரு நாகரிகமும் தான் பிறந்த நிலத்தின் குழந்தை. சிந்துவின் வாரிய வண்டல் சமவெளியும், வைகையின் படிகப்பாறைப் படுகையும் — இரு வேறு உலகங்கள். இவற்றின் வேறுபாடுகள், இரு நாகரிகங்களின் தனித்தன்மையை வடிவமைத்தன.

4.1 சிந்து நிலம்: செழுமையும் நலிவும்

சிந்து அமைப்பு — முக்கிய சிந்து நதி, அதன் கிளைகளான ஜீலம், செனாப், ராவி, பியாஸ், சட்லஜ், மற்றும் இன்று பெரிதும் வற்றிய கக்கர்-ஹக்ரா நதி — விதிவிலக்கான விவசாய ஆற்றல் கொண்ட ஒரு பரந்த வண்டல் சமவெளியை உருவாக்கியது. கோதுமை, வாற்கோதுமை, பருத்தி, எள் ஆகியவற்றைப் பெரும் அளவில் பயிரிட இது வழிவகுத்தது. நீர் பெருகியபோது, நகரங்களும் பெருகின.

ஆனால் கி.மு. 2200-ல் தொடங்கிய ஓர் உலகளாவிய வறட்சி நிகழ்வு — '4.2 கிலோ-ஆண்டு காலநிலை நிகழ்வு' — மழையைக் குறைத்தது, நதிகளைச் சுருக்கியது, விவசாய அமைப்பைச் சீர்குலைத்தது. இது, ஹரப்பாவின் நகர மாற்றத்திற்குப் பெரும் பங்களிப்பைச் செய்தது. செழுமையைத் தந்த நீரே, அதன் பற்றாக்குறையால், நகரங்களை மாற்றியது.

படம் 4.1. இரு நதி உலகங்கள்:
வாரிய வண்டல் சிந்துவும், பருவமழையை நம்பிய வைகையும்.

1. சிந்துவெளி நாகரிகம் — சிந்து நதி உலகம்
(வாரிய வண்டல் வளம்)

நதி இயல்பு	பனிமலைத் தோன்றி; ஆண்டு முழுவதும் நீர் ஓட்டம்; பெருவெள்ளம் கொண்டு வாரிய வண்டலை சேர்க்கும்.
நிலப்பரப்பு	விரிந்த சமவெளி; ஆழமான வண்டல் மண்; வேளாண்மைக்கு மிக உகந்தது.
வேளாண்மை	கோதுமை, பார்லி, பருப்பு வகைகள், எள்ளு, பருத்தி.
நகரங்கள்	ஹரப்பா, மொகெஞ்சோதரரோ, தோலவீரா, காளிபங்கன், ராக்கிதரி...
நீர் மேலாண்மை	அணை, கால்வாய், வடிகால், கிணறு, நீர்தேக்கத் தொட்டிகள்.

2. கீழடி / தென்னிந்தியா — வைகை நதி உலகம்
(பருவமழையை நம்பிய நதி)

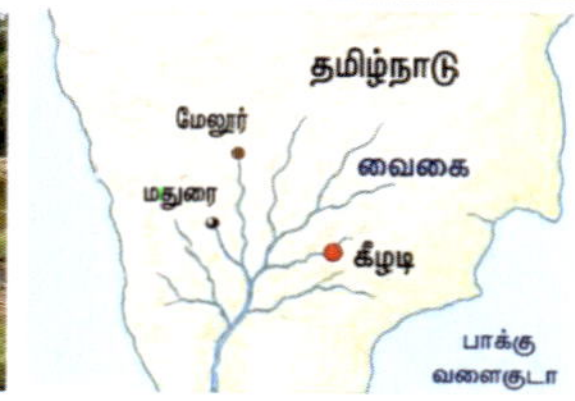

நதி இயல்பு	பருவமழையை நம்பியது; பருவகால ஓட்டம்; வெள்ளம் குறைவு.
நிலப்பரப்பு	சிறிய பள்ளத்தாக்கு; சிவப்பு-வண்டல் கலந்த மண்; நீர்ப்பாசனம் அவசியம்.
வேளாண்மை	வரகு, திணை, சாமை, கொள்ளு, எள், பருத்தி, பின்னர் நெல்.
நகரங்கள் / தளங்கள்	கீழடி, ஆதிச்சநல்லூர், கொடுமணல், உறையூர், அரிக்கமேடு...
நீர் மேலாண்மை	ஏரி, குளம், கிணறு, ஓடைமடை, நீர்ப்பிடிப்பு முறைகள்.

முக்கீயம்: சிந்து — நிலையான, பெருவெள்ள நதி; பெரிய நகர நாகரிகம்.
வைகை — பருவமழை நதி; நீர் மேலாண்மை சார்ந்த, சிறிய அளவிலான நகர வளர்ச்சி.

4.2 வைகை நிலம்: படிகப் பாறையும் பருவமழையும்

வைகை நதி அமைப்பு, சிந்துவிலிருந்து முற்றிலும் வேறுபட்ட ஒரு புவியியல் உலகில் உள்ளது. மேற்குத் தொடர்ச்சி மலையில் பிறந்து, கிழக்கு-வடகிழக்காக மதுரைப் படுகையில் பாய்ந்து, மன்னார் வளைகுடாவில் கலக்கும் வைகை, சுமார் 258 கி.மீ. நீளம் கொண்ட ஒரு குறுகிய நதி. சிந்துவைப் போல ஆண்டுமுழுதும் பனிக்கரைப்பால் நீர் பாயாது — வைகை, கிட்டத்தட்ட முழுவதுமாக வடகிழக்குப் பருவமழையை (அக்டோபர்–டிசம்பர்) நம்பியே உள்ளது.

வைகைப் படுகையின் அடித்தளம், பண்டை முற்காம்பிரியன் படிகப் பாறை — ஆழமற்ற, மாறுபட்ட மண். இங்கே நிலைத்திருக்க, ஆரம்பகாலக் குடியேறிகள் தொட்டி நீர்ப்பாசன அமைப்புகளையும், தடுப்பணைகளையும், கிணறு நீர்ப்பாசனத்தையும் உருவாக்கினர். சிந்துவின் வளம் இயற்கையின் கொடை என்றால், வைகையின் வளம் மனிதனின் உழைப்பின் வெற்றி.

4.3 காலநிலை மாற்றமும் நாகரிகத் தகவமைப்பும்

4.2 கிலோ-ஆண்டு வறட்சி நிகழ்வு (கி.மு. 2200–2000), ஹோலோசீன் காலத்தின் மிக முக்கியமான காலநிலைச் சீர்குலைவுகளில் ஒன்று. தெற்காசியாவில்

இது, கிட்டத்தட்ட 200 ஆண்டுகள் கணிசமாகக் குறைந்த பருவமழையாகத் தென்படுகிறது. ஹரப்பாவின் பதில், செயலூக்கமான தகவமைப்பு: மக்கள், சிறந்த நீர்வளம் கொண்ட கங்கைச் சமவெளியை நோக்கிக் கிழக்கே நகர்ந்தனர். வீழ்ச்சி அல்ல, இடப்பெயர்வு; முடிவல்ல, மாற்றம்.

> *நிலமும் காலமும் களம் அமைத்துவிட்டன. இனி, முதல் பெரும் நடிகனை — சிந்துவெளி நாகரிகத்தை — நெருங்கிப் பார்க்கலாம். அதன் கண்டுபிடிப்பு, பரப்பு, சாதனைகளை, அடுத்த பகுதி விரிக்கிறது.*

பகுதி II · சிந்து நாகரிகம்

நகர்ப்புற சாதனையும் மாற்றமும்

அத்தியாயம் 5 · ஹரப்பாவின் கண்டுபிடிப்பு, பரப்பு, அளவு

1921-ல் தயா ராம் சாஹ்னி ஹரப்பாவிலும், 1922-ல் ஆர்.டி. பானர்ஜி மொகெஞ்சொ-தாரோவிலும் அகழத் தொடங்கியபோது, இருவரும் கண்டதைக் கண்டு திகைத்தனர்: பண்டை எகிப்தையும் மெசொப்பொத்தேமியாவையும் போலப் பழமையான, பரப்பில் விரிந்த, சில வழிகளில் மேலும் தொழில்நுட்பம் மிக்க ஒரு வெண்கல கால நாகரிகத்தின் எச்சங்கள் — ஆனால் எந்த வரலாற்று நூலிலும், எந்த வாழும் நினைவிலும் இல்லாத ஒன்று.

சிந்துவெளி நாகரிகம் முழுவதுமாக மறக்கப்பட்டிருந்தது. அதைத் தொல்லியல் வழியே கண்டுபிடிக்க வேண்டியிருந்தது — ஏனெனில் அதைப் பற்றி நிலத்தின்மேல் எந்த நினைவும் எஞ்சியிருக்கவில்லை. உலகின் தொன்மையான, மிகப்பெரிய நகர நாகரிகங்களில் ஒன்று — ஒருவேளை ஐந்து மில்லியன் மக்கள், பல பத்தாயிரம் குடிமக்கள் வாழ்ந்த நகரங்கள், 700 ஆண்டுகளுக்கும் மேலான வாழ்வு — அடுத்துவந்த தெற்காசியக் கலாச்சாரங்களின் இலக்கிய அல்லது சமய மரபுகளில் எந்த எதிரொலியையும் விட்டுச்செல்லவில்லை. இந்த அமைதியே, ஹரப்பாவின் மிகப்பெரும் புதிர்களில் ஒன்று.

படம் 5.1. சிந்துவெளி நாகரிகத்தின் பரப்பு — அன்றைய மெசொப்பொத்தேமியா–எகிப்தைச் சேர்த்ததைவிடப் பெரியது.

சிந்துவெளி நாகரிகம் (கி.மு. ~2600–1900) பரப்பளவில், அன்றைய மெசொப்பொத்தேமியா மற்றும் எகிப்து நாகரிகங்களின் மொத்த பரப்பளவை விடப் பெரியது.

1. சிந்துவெளி நாகரிகம் (கி.மு. ~2600–1900)

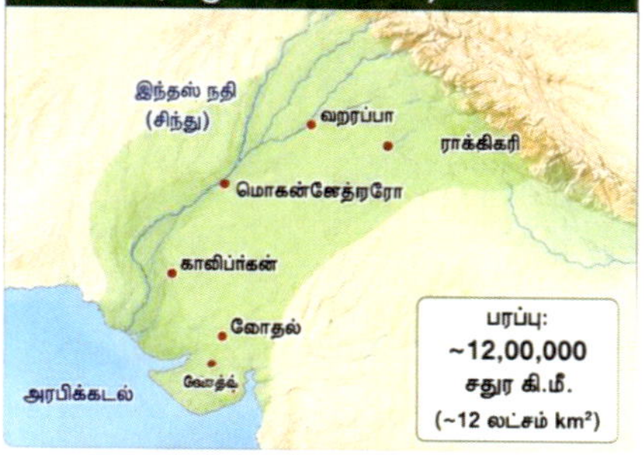

2. மெசொப்பொத்தேமியா நாகரிகம் (கி.மு. ~3500–1900)

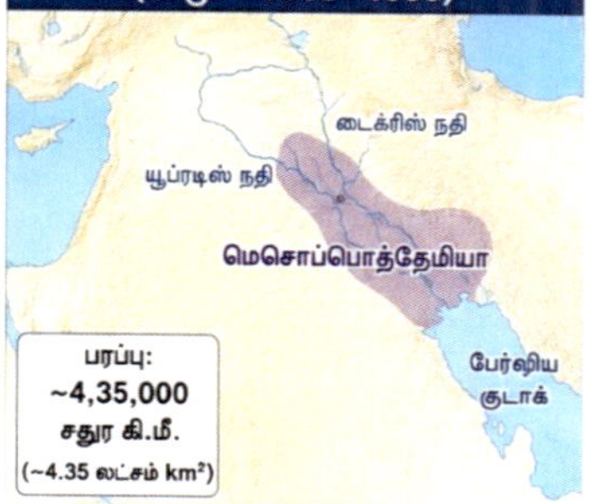

3. எகிப்து நாகரிகம் (கி.மு. ~3100–1070)

சிந்துவெளி நாகரிகத்தின் பரப்பு

~12,00,000 சதுர கி.மீ.
(~12 லட்சம் km²)

ஒப்பீடு:
~12,00,000 > ~7,45,000
அதாவது சுமார்
1.6 மடங்கு பெரியது!

மெசொப்பொத்தேமியா + எகிப்து (மொத்தம்)

~7,45,000 சதுர கி.மீ.
(~7.45 லட்சம் km²)

சிந்துவெளி நாகரிகம் — உலகின் மிகப் பெரிய நகர நாகரிகங்களில் ஒன்று (பரப்பளவில் முன்னிலை).

பரப்பு:	நீளம் (கிழக்கு–மேற்கு):	அகலம் (வடக்கு–தெற்கு):	மக்கள் தொகை (தோராயம்):	காலம்:
~12,00,000 km²	~1,500 கி.மீ.	~1,000 கி.மீ.	~50 லட்சம் – 1 கோடி	கி.மு. ~2600–1900

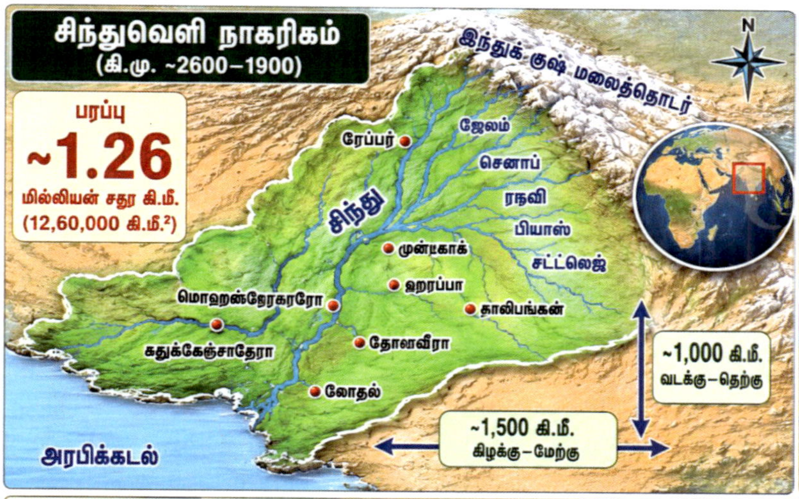

ஒப்பீடு (பரப்பு)

சிந்துவெளி ~1.26 மில்லியன் கி.மீ.² > மெசொப்பொத்தேமியா ~0.44 மில்லியன் கி.மீ.² + எகிப்து ~0.10 மில்லியன் கி.மீ.²

மொத்தம் ~0.54 மில்லியன் கி.மீ.²

சிந்துவெளி ~2.3 மடங்கு பெரியது!

சிந்துவெளி நாகரிகம் — உலகின் முதன்மைப் பெருநாகரிகங்களில் மிகப் பெரிய பரப்பளவு கொண்டது.

5.1 புவியியல் பரவலும் தள விநியோகமும்

மிகப்பெரிய அளவில், சிந்துவெளி நாகரிகம் கிட்டத்தட்ட 15 லட்சம் சதுர கிலோமீட்டர்களைத் தழுவியது — அன்றைய மெசொப்பொத்தேமியாவையும் எகிப்தையும் இணைத்ததைவிடப் பெரியது. 1,500-க்கும் மேற்பட்ட அறிவிக்கப்பட்ட தளங்கள், சிறிய கிராமங்கள் முதல் 20,000–80,000 மக்கள் வாழ்ந்த பெரு நகரங்கள் வரை பரந்துள்ளன. ஒரு தனி நகரம் அல்ல; ஒரு முழு நாகரிக வலையமைப்பு.

5.2 நகர்ப்புற திட்டமிடலும் நீர்வளப் பொறியியலும்

ஹரப்பா நகரங்களின் மிகவும் உடனடியாக வியக்கவைக்கும் அம்சம், நகர்ப்புற திட்டமிடல். ஹரப்பா, மொகெஞ்சொ-தாரோ, தோலாவீரா, அல்லது சிறிய தளங்கள் — எங்கும் ஒரே அமைப்பு மீண்டும் மீண்டும் வருகிறது: மேற்கிலோ வடமேற்கிலோ ஓர் உயர்ந்த 'கோட்டை' மேடு; கிழக்கில், திசைகளுக்கு ஏறக்குறைய இணையான தெருக்களுடன் ஒரு கீழ் நகரம். இந்த ஒழுங்கு, தற்செயலானது அல்ல — திட்டமிடப்பட்டது.

மொகெஞ்சொ-தாரோவின் வடிகால் அமைப்புகள், பண்டை உலகின் குறிப்பிடத்தக்க சிவில் பொறியியல் சாதனைகளில் ஒன்று. கீழ் நகரில் ஒவ்வொரு வீடும், மூடிய செங்கல் வடிகால்களின் வலையமைப்போடு இணைக்கப்பட்டிருந்தது; பரிசோதனை ஓட்டைகள் பராமரிப்பை எளிதாக்கின. இதுபோன்ற நகர்ப்புற சுகாதார உள்கட்டமைப்பு, உலகில் வேறெங்கும் மேலும் பதினைந்து நூற்றாண்டுகளுக்குத் தோன்றவில்லை.

மொகெஞ்சொ-தாரோவின் 'பெரும் குளம்' — கிட்டத்தட்ட 12 × 7 மீட்டர் செவ்வகத் தொட்டி, பிட்டுமன் கொண்டு நீர்ப்புகாதாக்கப்பட்ட சுட்ட செங்கலால் கவனமாகக் கட்டப்பட்டது — மிகப் புகழ்பெற்ற ஹரப்பாக் கட்டமைப்பு. நீரை மையமாகக் கொண்ட ஏதோ ஒரு பொதுச் செயல்பாட்டை இது குறிக்கிறது; ஆனால் அதன் சரியான பயன்பாடு — சடங்கா, சுகாதாரமா, பொதுக் கூட்டமா — உறுதியாகத் தெரியவில்லை. பொறியியல் தெளிவானது; பொருள், ஊகத்திற்குரியது.

படம் 5.2. ஹரப்பா நகர மாதிரி — மேற்கில் உயர் கோட்டை, கிழக்கில் கட்டத் தெருக்கள், மூடிய வடிகால் வலையமைப்பு.

5.3 பொருளாதாரம்: விவசாயம், கைவினை, தொலைதூர வர்த்தகம்

ஹரப்பாப் பொருளாதாரம் மூன்று ஒன்றோடொன்று இயைந்த அடித்தளங்களில் நின்றது: தீவிர விவசாயம், மிகத் திறன்வாய்ந்த கைவினை உற்பத்தி, விரிவான தொலைதூர வர்த்தகம். கோதுமை, வாற்கோதுமை, பருத்தி, எள், பயறு, பருப்பு, பட்டாணி, பேரீச்சை — பலவற்றைப் பயிரிட்டனர். உலகிலேயே மிக ஆரம்பகாலப் பருத்தி உற்பத்திக்கான சான்று இங்குதான் கிடைக்கிறது.

வணிகத் தொடர்புகள் மெசொப்பொத்தேமியப் பதிவுகளில் ஆவணப்படுத்தப்பட்டுள்ளன: 'மெலுஹ்ஹா' (கிட்டத்தட்ட உறுதியாகச் சிந்து உலகம்) என்ற பெயரில், கார்னீலியன் மணிகள், செப்பு, தங்கம், யானைத் தந்தம், மரம் ஆகியவற்றின் வரத்து குறிப்பிடப்படுகிறது. சிந்து வணிகர்கள், ஆயிரக்கணக்கான கிலோமீட்டர் தொலைவில் தம் முத்திரையை விட்டுச்சென்றனர்.

அட்டவணை 5.1. சிந்துவெளி நாகரிகம் — சில முக்கிய எண்கள்.

அம்சம்	விவரம்
உச்சக் காலம்	முதிர்ந்த ஹரப்பா: கி.மு. ~2600–1900 (~700 ஆண்டுகள்)
பரப்பு	~15 லட்சம் ச.கி.மீ.; 1,500+ தளங்கள்
மக்கள் தொகை	மொத்தம் ~5 மில்லியன் வரை; நகரங்களில் 20,000–80,000
நகர அமைப்பு	உயர் கோட்டை + கீழ் நகரம்; கட்டத் தெருக்கள்; மூடிய வடிகால்
எழுத்து	~400 அடையாளங்கள்; ~4,000 கல்வெட்டுப் பொருட்கள்; வாசிக்கப்பட்வில்லை
வர்த்தகம்	மெசொப்பொத்தேமியா ('மெலுஹ்ஹா') வரை; மணி, செப்பு, தந்தம்

5.4 சிந்து எழுத்து: தொல்லியலின் மிகப் பெரிய தீர்க்கப்படாத புதிர்

சுமார் 4,000 கல்வெட்டுப் பொருட்கள் அறியப்படுகின்றன — பெரும்பாலும் ஸ்டியடைட் முத்திரைகள்; செப்புத் தகடுகள், மட்கலன்கள், எலும்புக் கோல்களும் உண்டு. கல்வெட்டுகள் பொதுவாக, சுமார் 400 வேறுபட்ட அடையாளங்களிலிருந்து 1 முதல் 17 வரை அடையாளங்களைக் கொண்டிருக்கும்; வலமிருந்து இடமாக எழுதப்பட்டன. ஒரு நூற்றாண்டுக்கும் மேலான அறிஞர் முயற்சிக்குப் பிறகும், சிந்து எழுத்து இன்னும் வாசிக்கப்படவில்லை.

காரணங்கள் தெளிவானவை: இருமொழிக் கல்வெட்டு எதுவும் கிடைக்கவில்லை; கல்வெட்டுகள் குறுகியவை, மாதிரி வடிவத்தன; அடிப்படை மொழி தெரியவில்லை. இந்தத் தீர்க்கப்படாத நிலை, வெறும் அறிவியல் விரக்தி அல்ல — ஏனெனில் எழுத்துப் பகுப்பாய்வே, நாகரிக வாரிசு குறித்த கேள்விகளைத் தீர்ப்பதில் ஒற்றை மிக முடிவான சான்றாக இருக்கக்கூடும். இந்தப் புதிர் தீர்ந்தால், பல கேள்விகள் தீரும்.

> *நகரங்களையும் பொருளாதாரத்தையும் கண்டோம். ஆனால் இந்த நகரங்களில் வாழ்ந்த மக்கள் யார்? அவர்களின் சமூகம், நம்பிக்கை, அன்றாட வாழ்க்கை எப்படியிருந்தது? அடுத்த அத்தியாயம், கல்லுக்குப் பின்னால் இருந்த மனிதர்களைத் தேடுகிறது.*

அத்தியாயம் 6 · சமூகம், நம்பிக்கை, அன்றாட வாழ்க்கை

ஒரு நாகரிகத்தின் கட்டிடங்கள் அதன் திறமையைச் சொல்லும்; ஆனால் அதன் கல்லறைகளும், பொம்மைகளும், முத்திரைகளும்தாம் அதன் ஆன்மாவைச் சொல்லும். ஹரப்பா இவ்விடத்தில், எதிர்பாராத ஒரு படத்தை — அதிகாரத்தின் ஆடம்பரக் காட்சிகள் இல்லாத ஒரு சமூகத்தை — நமக்கு அளிக்கிறது.

6.1 சமூக அமைப்பு: ஹரப்பாவின் புதிர்

ஹரப்பா நாகரிகத்தின் மிக ஆர்வமூட்டும் அம்சங்களில் ஒன்று, அது எதைக் கொண்டிருக்கவில்லை என்பதே. மெசொப்பொத்தேமியா, எகிப்து, ஏஜியன் நாகரிகங்களைச் சிறப்பித்த உயர்-அதிகாரத்தின் ஆடம்பரக் காட்சிகள் — அரண்மனைகள், ஆடம்பரப் பொருட்களுடன் கூடிய அரசக் கல்லறைகள், படைபலத்தைக் கொண்டாடும் சுவரோவியங்கள் — இவை எதுவும் ஹரப்பாப் பதிவில் தோன்றவில்லை.

ஓர் அரசக் கல்லறை இல்லை. ஓர் அரண்மனை இல்லை. போரையோ, வெற்றியையோ, படைவீரர்களையோ சித்தரிக்கும் ஒரே ஒரு சிந்துக் கலைப்படைப்பும் இல்லை. இந்த இல்லாமை இரு பொருள் கொள்ளலாம்: ஹரப்பாச் சமூகம் தன் சமகாலத்தவரைவிட உண்மையிலேயே சமத்துவமானதாக இருந்திருக்கலாம்; அல்லது, அதிகாரம் வேறு வடிவங்களில் — கட்டிடம், எழுத்து போன்றவற்றில் — வெளிப்பட்டிருக்கலாம். எது உண்மை என்பது இன்னும் விவாதத்திற்குரியது.

6.2 பெண்கள், குழந்தைகள், குடும்ப வாழ்க்கை

பாலினத்தின் தொல்லியல், ஒரு கவனத்திற்குரிய வடிவத்தை வெளிப்படுத்துகிறது: ஹரப்பாக் கல்லறைப் பகுப்பாய்வில், ஆண்களும் பெண்களும் பரவலாக ஒத்த இறுதிச் சடங்கு நடைமுறையுடன் புதைக்கப்பட்டிருந்தனர். பல சமகாலச் சமூகங்களில், ஆண் புதைகுழிகள் முறையாகப் பெண்களுடையதைவிட விரிவானவையாக இருந்தன — ஹரப்பாவில் இந்த வேறுபாடு பெரிதாகக் காணப்படவில்லை.

குழந்தைகளின் பொம்மைகள் — சக்கர வண்டிகள், விலங்கு உருவங்கள், பந்துகள் — ஹரப்பாத் தளங்கள் முழுவதும் நன்கு சான்றுபடுத்தப்பட்டுள்ளன. குழந்தைப் பருவம், தனக்கேயுரிய பொருட்கலாச்சாரம் கொண்ட ஒரு தனித்துவமான வாழ்க்கைக் கட்டமாக அங்கீகரிக்கப்பட்டிருந்தது என்பதை இவை காட்டுகின்றன. விளையாட்டும் குழந்தைமையும், அந்த நகரங்களிலும் இருந்தன.

6.3 சமயம், சடங்கு, நம்பிக்கை

ஹரப்பாவின் நம்பிக்கைகளை, வாசிக்கக்கூடிய எந்த நூலும் இல்லாமல், முழுவதுமாகப் பொருட்கலாச்சார எச்சங்களிலிருந்தே ஊகிக்க

வேண்டியுள்ளது. மிகவும் அடிக்கடி மேற்கோளிடப்படும் சான்று, மொகெஞ்சொ-தாரோவிலிருந்து கிடைத்த ஒரு முத்திரை: கொம்புத் தலைக்கோலம் அணிந்து, கால்களை மடக்கி அமர்ந்த ஒரு உருவம், நான்கு விலங்குகளால் (யானை, புலி, காண்டாமிருகம், எருமை) சூழப்பட்டிருக்கிறது.

இந்த உருவத்தை, பல்வேறு அறிஞர்கள் பல்வேறு வகையில் விளக்கியுள்ளனர். ஆனால் முத்திரை வாசிக்கப்படாததாலும், எழுத்துச் சான்று இல்லாததாலும், அதன் சரியான பொருள் உறுதியாகத் தெரியவில்லை. அது ஒரு தெய்வத்தைக் குறிக்கலாம்; ஒரு சடங்கு நிலையைக் குறிக்கலாம்; அல்லது வேறு எதையோ குறிக்கலாம். எனவே, இதை எந்தப் பிற்கால சமய மரபுடனும் உறுதியாக இணைப்பது, சான்றுக்கு அப்பாற்பட்டது. முத்திரையின் காட்சி வசீகரமானது; ஆனால் அதன் விளக்கம், திறந்த கேள்வியாகவே உள்ளது.

படம் 6.2 மொகெஞ்சொ-தாரோவிலிருந்து கிடைத்த ஒரு முத்திரை

கொம்புத் தலைக்கோலம் அணிந்து, கால்களை மட்க்கி அமர்ந்த ஒரு உருவம், நான்கு விலங்குகளால் (யானை, புலி, காண்டாமிருகம், எருமை) சூழப்பட்டிருக்கிறது.

6.4 ஆரோக்கியம், உணவு, ஹரப்பா வாழ்க்கையின் உயிரியல்

எலும்புகளின் உயிர்-தொல்லியல் பகுப்பாய்வு, ஹரப்பா ஆரோக்கியம் மற்றும் உயிரியல் குறித்த ஒரு விரிவான படத்தை உருவாக்கியுள்ளது. சராசரி உயரம் — ஆண்களுக்கு ~167 செ.மீ., பெண்களுக்கு ~155 செ.மீ. — போதிய புரத உணவைக் குறிக்கிறது. எலும்புக் காய வடிவங்கள், உடல் உழைப்பு மற்றும் தற்செயல் காயங்களுடன் இயைந்தவை; ஆனால் மனிதர்களுக்கிடையேயான வன்முறைக்கு வலுவான சான்று இல்லை. அமைதியான, உழைக்கும் மக்களின் படமே இங்கு விரிகிறது.

> *700 ஆண்டுகள் செழித்த இந்த நகர உலகம், எப்படி முடிவுக்கு வந்தது? அது அழிந்ததா, அல்லது மாறியதா? அடுத்த அத்தியாயம், ஹரப்பாவின் 'வீழ்ச்சி' என்று அழைக்கப்படுவதன் உண்மையான தன்மையை ஆராய்கிறது.*

அத்தியாயம் 7 · மாற்றம், வீழ்ச்சி, பிந்தைய ஹரப்பா உலகம்

'வீழ்ச்சி' என்ற சொல், ஒரு திடீர் அழிவைக் குறிக்கிறது. ஆனால் ஹரப்பாவின் கதை, அழிவின் கதை அல்ல — மாற்றத்தின் கதை. நகரங்கள் சுருங்கின; ஆனால் மக்கள் அழியவில்லை. அவர்கள் இடம்பெயர்ந்தனர், தகவமைத்துக்கொண்டனர், தொடர்ந்தனர்.

7.1 சுற்றுச்சூழல் அழுத்தங்கள்: காலநிலையும் புவியியலும்

பல சுற்றுச்சூழல் சான்றுகள், கி.மு. 2200–1800 காலத்தில் ஹரப்பா நாட்டில் குறிப்பிடத்தக்க சுற்றுச்சூழல் அழுத்தம் இருந்த படத்தில் ஒன்றிணைகின்றன. ஓமான் மற்றும் இந்தியக் குகைப் படிக (ஸ்டாலாக்மைட்) பதிவுகள், ராஜஸ்தான்-குஜராத் கடலோர ஏரிப் படிவங்கள், அரபிக்கடல் கடல்தளப் படிவங்கள் — இவை அனைத்தும், கி.மு. 2200-ல் தொடங்கிய குறைந்த பருவமழைக் காலத்தை, தனித்தனியே ஆவணப்படுத்துகின்றன.

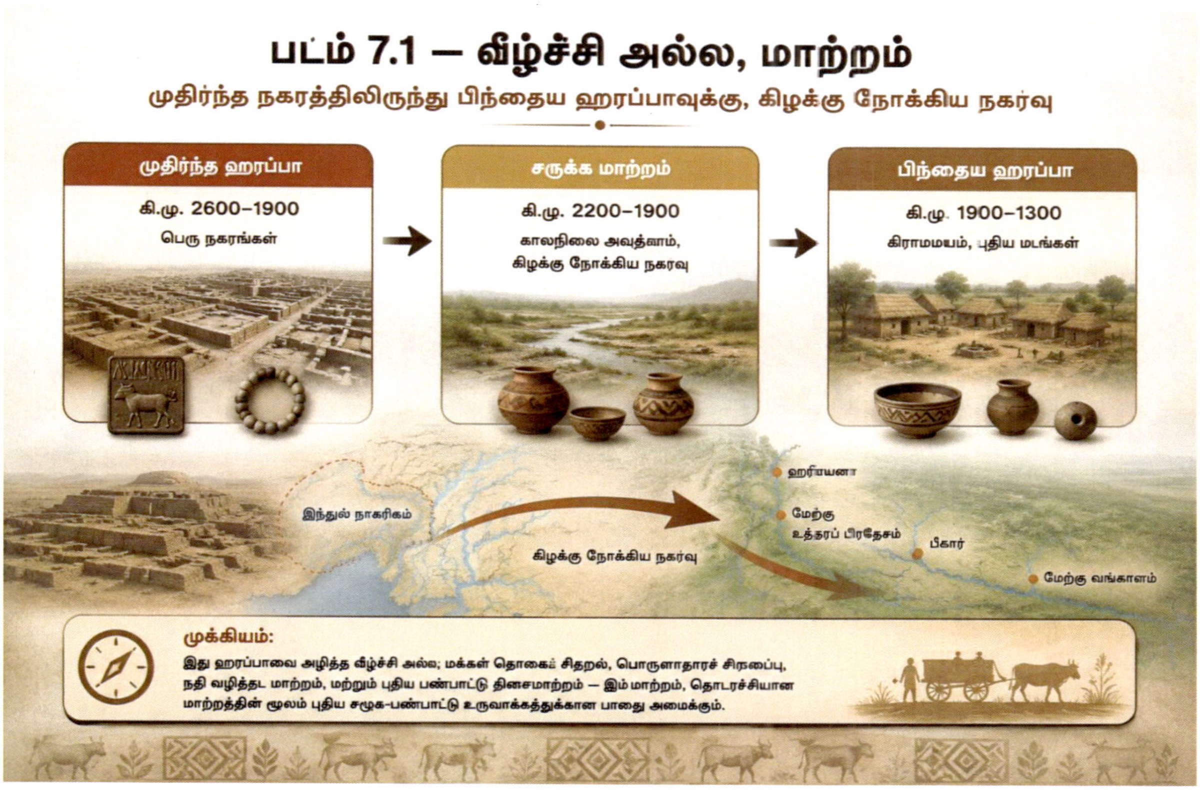

7.2 கல்லறை-H கலாச்சாரமும் பிந்தைய ஹரப்பா மாற்றமும்

மிகத் தெளிவாக ஆவணப்படுத்தப்பட்ட பிந்தைய ஹரப்பாக் கலாச்சார மரபுகளில் ஒன்று, ஹரப்பாவில் உள்ள ஒரு கல்லறையின் ('கல்லறை-H') பெயரால் அழைக்கப்படும் மரபு. இக்கல்லறைகள், முதிர்ந்த ஹரப்பா கட்டத்திலிருந்து கணிசமாக வேறுபடுகின்றன: கலன் புதைகுழிகளைப் பயன்படுத்துகின்றன; தோகை, இலை, சிலுவை போன்ற புதிய வடிவங்களுடன் கூடிய மட்கலன்களைக் கொண்டுள்ளன. ஆனால் இது, ஹரப்பாவை அழித்த ஒரு மாற்று மக்கள்தொகையைக் காட்டவில்லை — இது ஒரு மாற்றம், அழிவல்ல.

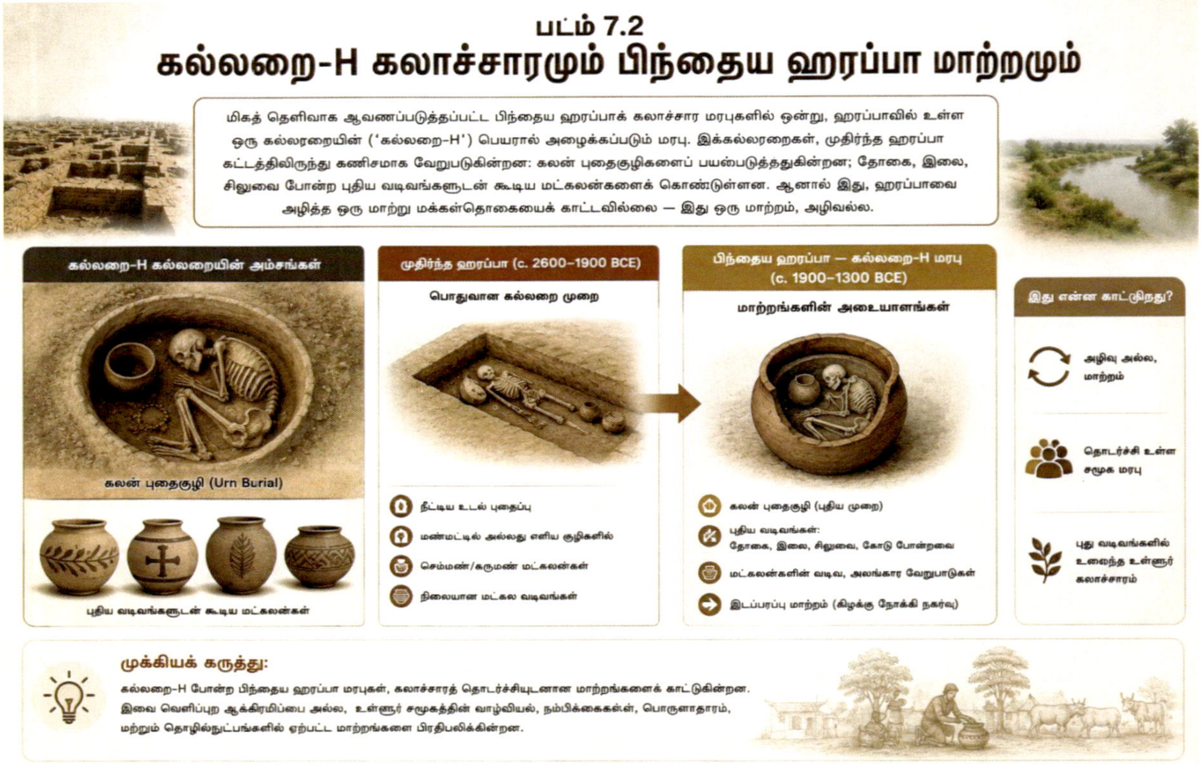

7.3 இந்தோ-ஆரிய மொழிகளும் மக்கள்தொகைக் கேள்வியும்

தொல்லியல் மற்றும் மரபணுச் சான்றுகள், இப்போது ஒரு கருத்தை வலுவாக ஆதரிக்கின்றன: இந்தோ-ஆரிய மொழிகள், வடமேற்கிலிருந்து, மத்திய ஆசியப் புல்வெளி (சவானா) தொடர்புடைய மக்கள்தொகையினரால், கிட்டத்தட்ட கி.மு. 2000–1500-ல் தெற்காசியாவில் அறிமுகப்படுத்தப்பட்டன. இந்தச் சவானா மரபுவழி — யாம்னயா மற்றும் தொடர்புடைய

கலாச்சாரங்களுடன் இணைந்தது — நவீன தெற்காசியர்களின் மரபணுவில் கண்டறியப்படுகிறது. இது மொழியியலும் மரபணுவியலும் ஒத்த ஒரு கதையைச் சொல்லும் ஒரு நல்ல எடுத்துக்காட்டு.

ஆனால் இது, ஹரப்பா மக்கள்தொகை மாற்றப்பட்டது அல்லது அழிக்கப்பட்டது என்று பொருளல்ல. பிந்தைய ஹரப்பா மக்கள்தொகையின் பண்டை மரபணு ஆய்வுகள், ஹரப்பா-தொடர்பு மரபுவழிக்கும் சவானா மரபுவழிக்கும் இடையேயான ஒரு கலவையைத் தொடர்ந்து காட்டுகின்றன. பழைய மக்கள் தொடர்ந்தனர்; புதியவர்கள் கலந்தனர். மாற்றம், கலப்பு வழியேதான் — மாற்றீடு வழியே அல்ல.

7.4 ராகிகர்ஹியும் ஹரப்பா மக்கள்தொகையின் மரபியலும்

ராகிகர்ஹியிலிருந்து கிடைத்த பண்டை மரபணு (ஷிண்டே மற்றும் பலர், Cell 2019) ஒரு திருப்புமுனை. ஆய்வுசெய்யப்பட்ட நபர் — கி.மு. 2600–2000-ல் புதைக்கப்பட்ட ஒரு பெண் — இரண்டு பண்டை மூல மக்கள்தொகையிலிருந்து மரபுவழி காட்டினார்: பண்டை ஈரானிய-தொடர்பு விவசாயிகள், மற்றும் பண்டை மூல தென்னிந்தியர்கள் (AASI). மிக முக்கியமாக, மத்திய ஆசிய சவானா மரபுவழி எதுவும் இல்லை.

ராகிகர்ஹி மரபணுவில் காணப்படும் கணிசமான AASI கூறு — நவீன தென்னிந்திய மக்கள்தொகையில், தமிழர்கள் உட்பட, ஆதிக்கம் செலுத்தும் அதே மூல கூறு — ஹரப்பா மக்கள்தொகைக்கும் நவீன தென்னிந்தியர்களுக்கும் இடையே கணிசமான உயிரியல் தொடர்ச்சியைத் தெரிவிக்கிறது. இது, இந்நூலின் மையமான ஒரு சான்று இழை; இதை, பதினான்காம் அத்தியாயத்தில் விரிவாகக் காண்போம்.

> *சிந்துவெளியின் கதையை — அதன் எழுச்சி, உச்சம், மாற்றம் — முழுமையாகக் கண்டோம். இனி, கதை தெற்கே நகர்கிறது. கீழடியைப் புரிந்துகொள்ள, முதலில் அதற்கு முந்தைய தென்னிந்தியாவின் ஆழமான கலாச்சார வரலாற்றை அறிய வேண்டும். அதை அடுத்த பகுதி விரிக்கிறது.*

பகுதி III · கீழடிக்கு முந்தைய தென்னிந்தியா

ஆழமான வேர்கள் · தொடர்ச்சியான வளர்ச்சி

அத்தியாயம் 8 · கீழடிக்கு முன் தென்னிந்தியா — பழங்கற்காலம் முதல் இரும்புக் காலம் வரை

கீழடியைப் புரிந்துகொள்ள, முதலில் தென்னிந்தியாவின் ஆழமான, தன்னுரிமை கொண்ட கலாச்சார வரலாற்றைப் புரிந்துகொள்ள வேண்டும். வடக்கின் கல்வெட்டுக்காகக் காத்திருந்த வெற்றுக் கேன்வாஸ் அல்ல அது — நூறாயிரக்கணக்கான ஆண்டுகள் பழமையான, செழிப்பான, தொடர்ச்சியான வளர்ச்சிப் பாதையை அது கொண்டிருந்தது.

8.1 பழங்கற்காலம்: ஆழமான மானுடக் கடந்தகாலம்

தென்னிந்தியாவில் ஹோமினின் இருப்புக்கான மிகப் பழமையான சான்று, அதன் பழமையில் அபூர்வமானது. ஆஷூலியன் வகைக் கல் கருவிகள் — ஹோமோ எரக்டஸுக்கு உரிய, இருபக்கமும் செதுக்கப்பட்ட கைக்கோடாரிகள் — கர்நாடகா, ஆந்திரப் பிரதேசம், மகாராஷ்டிரா, தமிழ்நாடு ஆகியவற்றில், 15 லட்சம் ஆண்டுகளுக்கும் மேலான தேதிகளுடன் காணப்படுகின்றன.

தமிழ்நாட்டில், கோர்த்தலையாறு பகுதியில் உள்ள அட்டிரம்பாக்கம் தளம், ஒரு குறிப்பாக வளமான வரிசையைக் கொண்டுள்ளது: கீழ் அடுக்குகளில் ஆஷூலியன் கருவிகள்; கிட்டத்தட்ட 385,000 ஆண்டுகள் பழமையான இடைப்பட்ட அடுக்குகளில் நடு-பழங்கற்காலக் கருவிகள்; மேல் அடுக்குகளில் நுண்-கல் கருவித் தொகுப்புகள். இது, தெற்காசியாவில் நடு-கற்காலத் தொழில்நுட்பத்தின் தோற்றத்தை, பல்லாயிரம் ஆண்டுகள் முன்னோக்கித் தள்ளுகிறது.

8.2 தென்னிந்திய நியோலிதிக்

தென்னிந்திய நியோலிதிக், வடமேற்கு இந்தியாவின் விவசாயக் கலாச்சாரங்களிலிருந்து கணிசமாக வேறுபட்ட அம்சங்களைக் கொண்டது. மிகவும் குறிப்பிடத்தக்க நியோலிதிக் தளங்கள், 'சாம்பல் மேடுகள்' — கர்நாடகாவின் ராய்ச்சூர், பெல்லாரி மாவட்டங்களில் முக்கியமாகக் காணப்படும், பெரிய, இறுக்கப்பட்ட மாட்டுச் சாணம் மற்றும் சாம்பல் மேடுகள். இவை, காட்டுமாடு மேய்ப்பை முதன்மை வாழ்வாதாரமாகக் கொண்ட ஒரு மேய்ச்சல் நியோலிதிக் மரபைப் பிரதிநிதித்துவப்படுத்துகின்றன.

8.3 மகாஷ்மியத் தென்னிந்தியா: இரும்புக் காலம்

தென்னிந்திய மகாஷ்மிய மரபு — கிட்டத்தட்ட கி.மு. 1200 முதல் கி.பி. 300 வரை — ஆரம்பகாலத் தமிழ் உலகின் நேரடி முன்னோடி. கல்மாலைகள் பல வடிவங்களில் வருகின்றன: டோல்மென்கள், கற்திட்டைகள், கலன் புதைகுழிகள், குழிப் புதைகுழிகள், பாறை வெட்டு அறைகள், கல் வட்டங்கள் — தமிழ்நாடு, கேரளா, கர்நாடகா, ஆந்திரப் பிரதேசம் முழுவதும், பல லட்சக்கணக்கில். கருப்பு-சிவப்பு மட்கலன் (BRW) மரபு — மகாஷ்மிய இரும்புக்

காலத்தின் சிறப்பு மட்கலன் — கிட்டத்தட்ட கி.மு. 1200-ல் தென்னிந்தியாவில் தோன்றுகிறது, கீழடியின் குடியிருப்புக்கு வெகு காலம் முன்பே.

8.4 முக்கிய முன்னோடித் தளங்கள்: ஆதிச்சநல்லூர், கொடுமணல்

தமிழ்நாட்டில், இரண்டு தளங்கள் கீழடிக்கு நேரடி முன்னோடிகளாக மிக முக்கியத்துவம் வாய்ந்தவை. தாமிரபரணி நதியின் தென் கரையில், திருநெல்வேலிக்கருகே உள்ள ஆதிச்சநல்லூர், தெற்காசிய வரலாற்றுக்கு முந்தைய காலத்தின் மிக அபூர்வமான தளங்களில் ஒன்று. ஆயிரக்கணக்கான கலன் புதைகுழிகள் இருப்பதாக மதிப்பிடப்படும் இக்கல்லறையில் — கிட்டத்தட்ட கி.மு. 1000–300 தேதியிடப்பட்டவை — கருப்பு-சிவப்பு மட்கலன், இரும்புக் கருவிகள், ஆயுதங்கள், செப்பு-வெண்கல நகைகள், கண்ணாடி மணிகள் காணப்படுகின்றன.

நொய்யல் நதியின் கரையில் உள்ள கொடுமணல், விதிவிலக்கான முக்கியத்துவம் வாய்ந்த இரும்புக் காலத் தொழில்துறைத் தளம். அதன் அகழ்வுகள், கார்னீலியன் மற்றும் குவார்ட்ஸ் மணிப் பட்டறைகள், இரும்பு உருக்கும் சூளைகள், செப்பு வார்ப்புக் கடைகள், பருத்தி ஜவுளி உற்பத்தி, மற்றும் தமிழ்-பிராமி எழுத்துகள் கொண்ட கல்வெட்டு மட்கலன்களை வெளிப்படுத்தியுள்ளன. கீழடியின் தொழில்நுட்பமும் எழுத்தறிவும், வெற்றிடத்தில் தோன்றவில்லை — அவற்றுக்கு ஆழமான வேர்கள் இருந்தன.

அட்டவணை 8.1. தென்னிந்தியக் கலாச்சார வரிசை — ஆழமான தொடர்ச்சி

காலகட்டம்	தோராயக் காலம்	சிறப்பியல்புகள்	முக்கியத் தொல்லியல் இடங்கள்
பழங்கற்காலம்	~15 லட்சம் – 3.85 லட்சம் ஆ. முன்	• ஆஷ்லியன் கருவிகள் (கைக்கோடு, கிளீவர் போன்றவை) • பெரிய விலங்குகளை வேட்டையாடுதல் • ஆரம்பகால மனித குடியேற்றங்களின் ஆதாரம்	அட்டிரம்பாக்கம் (தமிழ்நாடு) இசம்பூர் பல்லாவரம் வள்ளம்
நியோலிதிக்	கி.மு. ~3000–1200	• சாம்பல் மேடுகள் (Ash Mounds) • மாடுப் பண்ணை மற்றும் கால்நடை பராமரிப்பு • சமையல், குடியிருப்பு, தானிய சேமிப்பு • மண் பாளைகள், கற்கால கருவிகள்	யையம்பள்ளி உத்துரமேரூர் வல்லம் சனூர் தெக்கனூர்
இரும்பு / மகாஷ்மியம்	கி.மு. ~1200– கி.பி. 300	• கல்மாஷைகள் (Megaliths) – புதைகுழிகள் • Black and Red Ware (BRW) பாளைகள் • இரும்புத் தொழில்நுட்பம் வளர்ச்சி • வாணிக மற்றும் இடமாற்றங்களின் விரிவாக்கம்	ஆதிச்சநல்லூர் கொடுமணல் பொருந்தல் கீழடி மயிலாடும்பாறை
ஆரம்ப வரலாறு	கி.மு. ~600 முதல்	• நகர்மயமாக்கல், வாணிக வளர்ச்சி • எழுத்து, முத்திரைகள், நாணயங்கள் • இரும்பு, மண்பாண்டம், மணிகள் தொழில் மேம்பாடு • சங்க காலத் தமிழகத்தின் தோற்றம்	ஆதிச்சநல்லூர் கொடுமணல் கீழடி அரிக்கமேடு உறையூர்

பழங்கால மனித வாழ்விலிருந்து ஆரம்ப வரலாற்றுக் கால சமுதாயங்கின் வரை — தென்னிந்தியாவின் கலாச்சரம்

தென்னிந்தியா உள்நாட்டில் ஆழமான வேர்களைக் கொண்டிருந்தது. ஆனால் அது உள்நாட்டோடு மட்டும் நின்றுவிடவில்லை — அது கடல்வழியே உலகத்தையே தொட்டது. அடுத்த அத்தியாயம், கடல் தமிழகத்தின் வர்த்தக உலகை விரிக்கிறது.

அத்தியாயம் 9 · கடல் தமிழகம் — துறைமுகங்கள், வர்த்தகம், பரந்த உலகம்

ஆரம்பகாலத் தமிழ் உலகம், வெறும் உள்நாட்டு விவசாய நாகரிகம் மட்டுமல்ல — அது இந்தியப் பெருங்கடல் வர்த்தக வலையமைப்பில் ஆழமாகப் பொதிந்த ஒரு கடல் நாகரிகம்; செங்கடலிலிருந்து தென்கிழக்கு ஆசியா வரை இணைந்தது.

9.1 எரித்ரியன் கடலின் பெரிப்ளஸும் தமிழ் வர்த்தகமும்

'பெரிப்ளஸ் மாரிஸ் எரித்ராயி' — கிட்டத்தட்ட கி.பி. 50-ல் எழுதப்பட்ட, பெயர் தெரியாத ஒரு கிரேக்க வணிகரின் கைப்புத்தகம் — இந்தியப் பெருங்கடல் வர்த்தகப் பாதைகள் மற்றும் துறைமுகங்களின் மிக விரிவான பண்டை நூல்-கணக்கை வழங்குகிறது. தமிழ்க் கடற்கரைக்கு, அது மிளகு, நுண்ணிய மஸ்லின், பருத்தி, ஆமை ஓடு, யானைத் தந்தம், அரை-விலைமதிப்புக் கற்கள் ஆகியவற்றை ஏற்றுமதி செய்த துறைமுகங்களை விவரிக்கிறது.

படம் 9.1
கடல் தமிழகத்தின் வர்த்தக வலையமைப்பு

9.2 கொற்கை, அழகன்குளம், முத்து வர்த்தகம்

தூத்துக்குடிக்கருகே, தாமிரபரணி முகத்துவாரத்தில் அமைந்த கொற்கை, பண்டைத் தமிழகத்தின் மிக முக்கியமான தென் துறைமுகமாகவும், பாண்டிய வம்சத்தின் ஆரம்பகாலத் தலைநகராகவும் இருந்திருக்கலாம். கொற்கை ஆட்சிசெய்த மன்னார் வளைகுடா, உலகின் செழிப்பான முத்து உற்பத்திப் பகுதிகளில் ஒன்று — ரோம், பாரசீகம், சீனா ஆகியவற்றில் தமிழ் முத்துக்கள் விலைமதிப்பானவை.

9.3 அரிக்கமேடு: இந்தோ-ரோமன் வர்த்தகத்தின் சாளரம்

புதுச்சேரிக்கருகே, கோரமண்டல் கடற்கரையில் உள்ள அரிக்கமேடு, தெற்காசியாவின் மிக விரிவாக அகழப்பட்ட இந்தோ-ரோமன் வர்த்தகத் தளம். 1945 முதலான முறையான அகழ்வுகள், கிட்டத்தட்ட கி.மு. 2-ஆம் நூற்றாண்டு முதல் கி.பி. 3-ஆம் நூற்றாண்டு வரை செயல்பட்ட ஒரு துறைமுகக் குடியிருப்பை வெளிப்படுத்தின: மத்திய இத்தாலியிலிருந்து வந்த ஆரெட்டைன் மட்கலன், ரோமன் கண்ணாடிப் பாத்திரங்கள், மது-ஆலிவ் எண்ணெய்க்கான ஆம்போரே, அகஸ்டஸ் முதல் நீரோ வரையிலான நாணயங்கள்.

தமிழ்நாட்டில் ரோமன் பொருட்கள், ரோமன் எகிப்தில் இந்தியப் பொருட்கள் — இவ்விரண்டின் இருப்பும், ஆரம்பகாலத் தமிழ் உலகம் உலகளாவிய அளவில் இணைக்கப்பட்டிருந்தது என்பதை உறுதியாக நிரூபிக்கிறது. அந்த நகரங்களின் சந்தைகளில், பல மொழிகளும் பல நாணயங்களும் ஒலித்திருக்கும்.

உள்நாட்டு வேர்களும், கடல்வழித் தொடர்புகளும் கொண்ட இந்த உலகின் நடுவே, கீழடி எங்கே நிற்கிறது? அதன் கண்டுபிடிப்பின் கதையையும், அதைச் சுற்றிய சர்ச்சைகளையும், அடுத்த அத்தியாயம் விரிக்கிறது.

அத்தியாயம் 10 · கீழடியின் கண்டுபிடிப்பும் அகழ்வும்

கீழடி, தொல்லியல் பதிவில் 2015-ல் அமைதியாக நுழைந்தது. அதன்பின், அது அதிகம் பேசப்பட்ட, விவாதிக்கப்பட்ட தொல்லியல் தளங்களில் ஒன்றாகிவிட்டது — அதன் அபூர்வக் கண்டுபிடிப்டகளால் மட்டுமல்ல, அக்கண்டுபிடிப்புகள் தமிழ் கலாச்சார அடையாளத்திற்கும், தெற்காசிய நாகரிக வரலாற்றுக்கும் என்ன அர்த்தம் என்பதாலும்

10.1 தள இடம், கண்டுபிடிப்பு, ஆரம்பப் பருவங்கள் (2015–2018)

கீழடிக் கிராமம், மதுரைக்குத் தென்கிழக்கே கிட்டத்தட்ட 12 கி.மீ. தொலைவில், வைகை நதியின் தென் கரையில் உள்ளது. தளம், இந்தியத் தொல்லியல் ஆய்வகத்தால் (ASI) கண்டுபிடிக்கப்பட்டது — செயற்கைக்கோள் படிமப் பகுப்பாய்வு, மற்றும் வழக்கத்துக்கு மாறான செங்கல் துண்டுகள், பண்டை மட்கலன் ஓடுகள் குறித்து உள்ளூர் மக்களிடமிருந்து கிடைத்த தகவல்களின் வழியே.

ASI தொல்லியலாளர் அமர்நாத் ராமகிருஷ்ணாவின் கீழ் நடந்த முதல் அகழ்வுப் பருவம் (2015–16), உடனடியாக அடர்த்தியான கலாச்சாரப் படிவங்களைச் சந்தித்தது: 50 செ.மீ.-க்கும் மேல் உயரத்தில் எஞ்சிய செங்கல் சுவர்கள்; பெருமளவில் BRW மட்கலன்; இரும்புக் கருவிகள்; மற்றும் — மிக முக்கியமாக — தமிழ்-பிராமி எழுத்துகள் கொண்ட கல்வெட்டு மட்கலன் ஓடுகள்.

படம் 10.1. கீழடி அகழ்வின் பயணம் (2015–2023)
ASI முதல் தமிழ்நாடு தொல்லியல் துறை வரை

10.2 தமிழ்நாடு தொல்லியல் துறைக்கு மாற்றமும் பிற்காலப் பருவங்களும்

நிர்வாகச் சர்ச்சைக்குப் பிறகு — 2018-ல், அகழ்வின் நடுவில், அசல் ASI தொல்லியலாளர் இடமாற்றம் செய்யப்பட்டார் — அகழ்வுப் பொறுப்புகள் தமிழ்நாடு தொல்லியல் துறைக்கு (TNAD) மாற்றப்பட்டன. 2023 வரை ஏழு பருவங்கள் நடைபெற்று, 4,000 சதுர மீட்டர் பரப்பு திறக்கப்பட்டுள்ளது — மதிப்பிடப்பட்ட மொத்த 110 ஹெக்டேர் நீட்சியில் இது ஒரு சிறு பகுதி மட்டுமே. அதாவது, கீழடியின் கதை, இன்னும் பெரும்பகுதி நிலத்தடியிலேயே உறங்குகிறது.

10.3 காலக்கோடு: தேதி விவாதம்

கீழடியின் கதிரியக்கக் காலக்கோடு, அறிவியல் ரீதியாக மிக முக்கியமான, விவாதிக்கப்பட்ட அம்சமாக இருந்துள்ளது. வெளியிடப்பட்ட தேதிகள், கிட்டத்தட்ட கி.மு. 800 (கீழ் அடுக்குகள்) முதல் கி.பி. 200 (மேற்பரப்புச் சூழல்கள்) வரை பரவியுள்ளன; பெரும்பாலான பாதுகாப்பான குடியிருப்புச் சான்றுகள், கி.மு. ~600 முதல் ~300 வரை குவிந்துள்ளன. முன்பு பார்த்தபடி, ஒவ்வொரு தேதியையும் அதன் மண் அடுக்குச் சூழலுடன் இணைத்து விளக்குவதே, அறிவியல் முறை.

கீழடி எப்போது, எப்படிக் கண்டுபிடிக்கப்பட்டது என்பதைக் கண்டோம். ஆனால் அது உண்மையில் என்ன வெளிப்படுத்துகிறது? அதன் செங்கல்களும், மட்கலன்களும், கல்வெட்டுகளும் எந்தக் கதையைச் சொல்கின்றன? அடுத்த அத்தியாயம், கீழடியின் பொருட்கலாச்சாரத்தை விரிக்கிறது.

அத்தியாயம் 11 · கீழடி என்ன வெளிப்படுத்துகிறது — பொருட்கலாச்சாரமும் நகர வாழ்க்கையும்

கீழடியின் சிறப்பு, ஒரு தனிக் கண்டுபிடிப்பில் இல்லை — அதன் ஒட்டுமொத்தச் சித்திரத்தில் உள்ளது. செங்கலும், மட்கலனும், இரும்பும், கல்வெட்டும் சேர்ந்து வரையும் படம், ஒரு கல்வியறிவு மிக்க, தொழில்வளமான, வர்த்தகத்தில் இணைந்த ஆரம்பகாலத் தமிழ் நகரத்தினுடையது.

11.1 கட்டிடக்கலை: ஒரு நகரத்தைத் திட்டமிடல்

கீழடியிலிருந்து மிகவும் உடனடியாக வியக்கவைக்கும் சான்று, கட்டிடக்கலை. குடியிருப்பு, கணிசமாகச் சுட்ட செங்கலால் கட்டப்பட்டது — குறிப்பிடத்தக்க எரிபொருள், உழைப்பு, நிறுவனத் திறன் முதலீட்டைக் கோரும் ஒரு பொருள். கட்டிட எச்சங்கள், தெளிவாக வேறுபட்ட செயல்பாட்டு மண்டலங்களுடன் ஒரு குடியிருப்பை வெளிப்படுத்துகின்றன — இது, உண்மையான நகரவாழ்வின் சான்று.

11.2 மட்கலன்: BRW மரபும் அதன் முக்கியத்துவமும்

கீழடியின் மட்கலன் தொகுப்பில், கருப்பு-சிவப்பு மட்கலன் (BRW) ஆதிக்கம் செலுத்துகிறது. சக்கரத்தில் வடிவமைக்கப்பட்ட, கவனமாக மினுக்கப்பட்ட, பெரும்பாலும் வெள்ளை வடிவியல்-மலர் வடிவங்களுடன் வண்ணம் தீட்டப்பட்ட BRW — நியோலிதிக் காலம் வரை தென்னிந்தியாவில் வேரூன்றிய ஒரு மட்கலன் மரபின் உச்சத்தைப் பிரதிநிதித்துவப்படுத்துகிறது. இது, புதிதாகத் தோன்றிய ஒன்றல்ல — பழமையான ஒரு மரபின் தொடர்ச்சி.

11.3 கல்வெட்டுகள்: பரவலான எழுத்தறிவுக்குச் சான்று

கீழடியிலிருந்து மிகவும் கொண்டாடப்படும் கண்டுபிடிப்புகள், மட்கலன் கல்வெட்டுகள். முதல் ஏழு பருவங்களில், தமிழ்-பிராமி எழுத்துகள் கொண்ட 600-க்கும் மேற்பட்ட ஓடுகள் கண்டெடுக்கப்பட்டுள்ளன — ஒரே தளத்துக்கு இது ஓர் அபூர்வ எண்ணிக்கை. கல்வெட்டுகளில் தனிநபர் பெயர்கள் உள்ளன; பலவற்றைச் சங்க இலக்கியத்தில் சான்றுபடுத்தலாம். இந்த எண்ணிக்கை, ஒரு சில அறிஞர் உயர்குழாம் மட்டுமல்ல, ஒரு கல்வியறிவு பெற்ற பொதுமக்கள் இருந்ததைக் குறிக்கிறது.

> **கவனத்திற்கு:** *பரவலான எழுத்தறிவு, ஒரு நாகரிகத்தின் முதிர்ச்சியின் முக்கியக் குறியீடு. கீழடியின் நூற்றுக்கணக்கான கல்வெட்டு ஓடுகள், எழுத்து என்பது அங்கே சிலருக்கு மட்டுமல்ல, பலருக்கும் சொந்தமாக இருந்தது என்பதைத் தெரிவிக்கின்றன.*

11.4 தொழில்துறையும் பொருளாதாரமும்

கீழடியின் பொருளாதாரம், அதன் கலைப்பொருள் தொகுப்பால் வெளிப்படும் வகையில், மிகப் பன்முகமானது. இரும்புத் தொழில்நுட்பம் மையமானது: இரும்புக் கருவிகள் அனைத்து குடியிருப்பு அடுக்குகளிலும் ஏராளம்; இரும்பு

உருக்கும் சூளைத் துண்டுகள், நோஸில்கள், கசடுப் படிவுகள் இதைச் சான்றுபடுத்துகின்றன. தாவரப் பகுப்பாய்வு, அரிசி, தினை, பருப்பு வகைகள், பருத்தி உள்ளிட்ட பல பயிர்களைக் காட்டுகிறது. தொழிலும் விவசாயமும் வர்த்தகமும் இணைந்த, துடிப்பான ஒரு பொருளாதாரமே இங்கு விரிகிறது.

> *இரு நாகரிகங்களையும் — சிந்துவெளியையும், கீழடியையும் — தனித்தனியே, விரிவாகக் கண்டோம். இனி, மிக முக்கியமான பணி: அவற்றை ஒன்றோடொன்று ஒப்பிடுவது. ஆனால் ஒப்பீடு, கவனமாகச் செய்யப்பட வேண்டிய ஒரு கலை. அதன் முறைகளை, அடுத்த பகுதி விரிக்கிறது.*

பகுதி IV · நாகரிகங்களை ஒப்பிடுதல்

சான்றும் விளக்கமும்

அத்தியாயம் 12 · நாகரிக ஒப்பீட்டின் முறைகள்

ஓர் ஆயிரம் ஆண்டுகளுக்கும் மேலாகவும், இரண்டாயிரம் கிலோமீட்டர்களுக்கும் மேலாகவும் பிரிந்த இரு தொல்லியல் கலாச்சாரங்களை ஒப்பிடுவது, நெறிமுறை ரீதியாக மிகக் கடினமான பணிகளில் ஒன்று. கவனமாகச் செய்யாவிட்டால், வெளிப்படையான ஒற்றுமைகளை வைத்துப் போலி இணைப்புகளை உருவாக்கலாம்; அல்லது உண்மையான இணைப்புகளைத் தவறவிடலாம்.

12.1 'ஒத்த வடிவம்' vs 'மரபுவழி': மைய நெறிமுறைச் சவால்

ஒப்பீட்டுப் பகுப்பாய்வின் அடிப்படை வேறுபாடு, உயிரியலிலிருந்து கடன் பெறப்பட்டது: 'மரபுவழி' (homologous) அம்சங்களும், 'ஒத்த வடிவ' (analogous) அம்சங்களும். மரபுவழி அம்சங்கள், ஒரு பொதுவான தோற்றத்தைப் பகிர்ந்துகொள்கின்றன — வம்சாவளி அல்லது பரவல் வழியே தொடர்புடையவை. ஒத்த வடிவ அம்சங்களோ, ஒத்த செயல்பாடுகளைச் செய்கின்றன; ஆனால் தனித்தனியே உருவாகின — ஒத்த சவால்களுக்கு, தனித்தனிச் சமூகங்கள் கண்ட ஒத்த தீர்வுகள்.

ஒரு சிறந்த எடுத்துக்காட்டு: பறவையின் சிறகும், வௌவாலின் சிறகும் ஒத்த வடிவம் (இரண்டும் பறக்கப் பயன்படும், ஆனால் தனித்தனியே உருவானவை); ஆனால் மனிதனின் கையும், திமிங்கலத்தின் துடுப்பும் மரபுவழி (ஒரே மூதாதை அமைப்பிலிருந்து வந்தவை). இரு தொல்லியல் கலாச்சாரங்களுக்கிடையேயான ஒற்றுமைகளும், இவ்வாறே — மரபுவழியா, ஒத்த வடிவமா என்று வேறுபடுத்தப்பட வேண்டும்.

இந்த வேறுபாட்டைக் கண்டறிய, நான்கு அளவீடுகள் உதவுகின்றன: முதலாவது, குறிப்பிட்டத்தன்மை — பகிரப்பட்ட அம்சம் எவ்வளவு குறிப்பிட்டது, அபூர்வமானது? இரண்டாவது, காலவெளி — அவை எவ்வளவு காலத்தால் பிரிந்தவை? மூன்றாவது, புவியியல் விநியோகம் — இடைப்பட்ட பகுதிகளில் அந்த அம்சம் காணப்படுகிறதா? நான்காவது, பொருள் அடையாளம் — பரவலுக்கான குறிப்பிட்ட, கண்டறியக்கூடிய பொருள் தடயம் உள்ளதா?

படம் 12.1.
‘ஒத்த வடிவம்’ vs ‘மரபுவழி’: மைய நெறிமுறைச் சவால்

> **நெறிமுறை விதி:** *ஓர் அம்சம் எவ்வளவு குறிப்பிட்டதோ, காலவெளி எவ்வளவு குறுகியதோ, புவியியல் தொடர்ச்சி எவ்வளவு தெளிவானதோ — அந்த ஒற்றுமை ‘மரபுவழி’ என்பதற்கான வாய்ப்பு அதிகம். மாறாக, பொதுவான, எளிதில் தனித்தனியே உருவாகக்கூடிய அம்சங்கள், பெரும்பாலும் ‘ஒத்த வடிவம்’.*

> *இந்தக் கருவிகளை இப்போது செயலில் இறக்கலாம். அடுத்த அத்தியாயம், ஹரப்பாவையும் கீழடியையும், பரிமாணம் பரிமாணமாக, முறையாக ஒப்பிடுகிறது.*

அத்தியாயம் 13 · ஹரப்பாவையும் கீழடியையும் முறையாக ஒப்பிடுதல்

இப்போது, முந்தைய அத்தியாயத்தின் கருவிகளைக் கொண்டு, இரு நாகரிகங்களையும் ஐந்து முக்கியப் பரிமாணங்களில் ஒப்பிடுவோம்: நகரத் திட்டம், நீர் மேலாண்மை, மட்கலன், எழுத்து, வர்த்தகம். ஒவ்வொன்றிலும், ஒற்றுமை 'மரபுவழியா' அல்லது 'ஒத்த வடிவமா' என்று கேட்போம்.

13.1 நகரத் திட்டமும் குடியிருப்பு அமைப்பும்

ஹரப்பாவின் நகரத் திட்டம், கண்டிப்பான கட்ட நோக்குநிலை, நினைவுச்சின்னம் போன்ற கட்டிடங்கள், உயர் கோட்டையைக் கீழ் நகரத்திலிருந்து பிரித்தல் ஆகியவற்றால் சிறப்பிக்கப்படுகிறது. கீழடியும் ஓர் அடையாளம் காணத்தக்க நகர வடிவைத் தருகிறது — கணிசமான செங்கல் கட்டிடம், வேறுபட்ட செயல்பாட்டு மண்டலங்கள், ஒருங்கிணைந்த உள்கட்டமைப்பு — ஆனால் கணிசமாகச் சிறிய அளவில்; ஹரப்பா மாதிரியை வரையறுக்கும் கண்டிப்பான கட்டத் திட்டமோ, நினைவுச்சின்னப் பொதுக் கட்டிடங்களோ இல்லாமல். ஒத்த தேவை, தனித்தனித் தீர்வு.

13.2 நீர் மேலாண்மைத் தொழில்நுட்பம்

நீர் மேலாண்மையில், மேலோட்டமான ஒப்பீடு வசீகரமானது — ஆனால் நுட்பமான வேறுபாடு மிக முக்கியமானது. ஹரப்பாவின் முதலீடுகள் அசாதாரணமானவை: பெரும் குளம், மொகெஞ்சொ-தாரோவின் நகரளாவிய மூடிய வடிகால் வலையமைப்பு, தோலாவீராவின் பத்துப் பெரிய பாறை வெட்டு நீர்த்தேக்கங்கள். கீழடியின் வடிகால் சேனல்களும், வைகைப் படுகையின் தொட்டி நீர்ப்பாசன அமைப்புகளும், அளவிலோ தொழில்நுட்ப நுட்பத்திலோ இவற்றுக்கு இணையானவை அல்ல.

13.3 மட்கலனும் பொருட்கலாச்சாரமும்

கருப்பு-சிவப்பு மட்கலன் (BRW) மரபு, ஹரப்பாவுக்கும் கீழடிக்கும் இடையேயான மிக முக்கியமான — ஆனால் மிகத் தெளிவற்ற — மட்கலன் இணை. BRW, ஹரப்பாக் கலாச்சாரக் கோளத்திலும், தென்னிந்திய நியோலிதிக்-இரும்புக் காலத்திலும் தோன்றுகிறது. ஆனால் அதன் சுடும் நுட்பம் — மட்கலன்களைத் தலைகீழாகச் சுட்டு, மேலே கருப்பும் கீழே

சிவப்பும் உருவாக்குதல் — மிகக் குறிப்பிட்டது அல்ல. வேறுபட்ட சுடும் சூழல்களைச் சோதிக்கும் எந்தக் குயவனும், இந்த இருவண்ண விளைவைத் தனித்தனியே கண்டுபிடிக்க முடியும். எனவே, இது மரபுவழி என்பதற்கு வலுவான சான்று அல்ல.

13.4 எழுத்து அமைப்புகள்: மிக முக்கியமான ஒப்பீடு

நெறிமுறை நிலைப்பாட்டிலிருந்து, எழுத்து அமைப்புகளின் ஒப்பீடே, ஒப்பிடப்படும் அனைத்துப் பரிமாணங்களிலும் மிக அதிக கண்டறிதல் ஆற்றல் வாய்ந்தது. ஏனெனில் எழுத்து அமைப்புகள் மிகக் குறிப்பிட்ட, கலாச்சாரத்தால் கடத்தப்படும் கலைப்பொருட்கள்; அவை ஒரே வடிவத்தில் தனித்தனியே தோன்றுவதில்லை.

சிந்து எழுத்தும் (ஹரப்பா), தமிழ்-பிராமியும் (கீழடி), கிடைக்கும் ஒவ்வொரு பகுப்பாய்வின்படியும், ஒன்றோடொன்று தொடர்பற்றவை. தமிழ்-பிராமி, பிராமியிலிருந்து தோன்றியது — பிராமி, கிட்டத்தட்ட கி.மு..250-ல் அசோகன் கல்வெட்டுகளில் முதலில் தோன்றுகிறது. சிந்து எழுத்துடன், நிரூபிக்கக்கூடிய எந்த உறவும் இல்லை. இரு நாகரிகங்களின் எழுத்துகள் தொடர்பற்றவை என்பதே, 'நேரடித் தொடர்ச்சி' என்ற கருத்துக்கு எதிரான மிகத் தீர்க்கமான சான்று.

13.5 வர்த்தக வலைகள்: பகிரப்பட்ட வளம், தனித்த நிறுவனங்கள்

ஹரப்பாவும் கீழடியும், கணிசமான அளவில் தொலைதூர வர்த்தக வலைகளில் பொதிந்திருந்தன. ஆனால் இவ்வலைகள், காலத்தால் 1,500 ஆண்டுகளால் பிரிக்கப்படுகின்றன. அடிக்கடி மேற்கோளிடப்படும் வர்த்தக இணைப்புச் சான்று, கார்னீலியன் மணிகளின் பரவலான விநியோகம். ஆனால் இம்மணிகளின் நீடித்த மதிப்பு, இந்த நீண்ட காலத்தில் கல்லின் நிலையான அழகியல் ஈர்ப்பையும் அருமையையும் பிரதிபலிக்கிறது — நிறுவனத் தொடர்ச்சியை அல்ல.

படம் 13.1 — ஒப்பீட்டின் தீர்ப்பு: ஒற்றுமைகள் பெரும்பாலும் 'ஒத்த வடிவம்'; எழுத்து தொடர்பற்றது.

ஒவ்வொரு கூறும் — பகிரப்பட்ட அம்சத்தின் வழித்தோன்றலா, அல்லது தனித்தனியே உருவான ஒற்றுமையா?

கூறு / அம்சம்	ஹரப்பா	கீழடி	தீர்ப்பு
நகர்ப்புற திட்டம்	கண்டிப்பான கட்டம், நேர்கோட்டுத் தெருக்கள், வடிக்கால் அமைப்பு	சதுர்மான நவமைப், சிறிய பரப்பு, உள்ளூர் சூழலுக்கேற்ப அமைப்பு	ஒத்த வடிவம் (தனித்தனியே உருவான ஒற்றுமை)
நீர் மேலாண்மை	பெரும் குளங்கள், நகர வடிகால், நீர்மைப்பு திட்டமிடல்	குழிகள், தத்ம் கட்டமைப்பு, சிறிய அளவிலான நீர் மேலாண்மை	ஒத்த வடிவம் (தனித்தனியே உருவான ஒற்றுமை)
மட்கலன் (BRW)	கருப்பு-சிவப்பு மட்கலன் (பல்வேறு வடிவங்கள்)	கருப்பு-சிவப்பு மட்கலன் (உள்ளூர் மாறுபாடுகள்)	ஒத்திறா உருவாக்கம் (ஒத்த வடிவம்)
எழுத்து அமைப்பு	சிந்து எழுத்து (சுமார் கி.மு. 2600) இன்னும் படிக்கப்படவில்லை	தமிழ்-பிராமி (கி.மு. 600 முதல்) படிக்கக்கூடிய, மொழித்தொடர்புடையது	தொடர்பற்றது (எந்த மரபுவழி சான்றும் இல்லை)
வர்த்தக வலை	மெசப்பொட்டேமியா, பாரசீகம், மத்திய ஆசியா வரை கடல்சார் வாணிகம்	ரோமப் பேரரசு கடன் உறவு வாணிகம், இந்தோ-ரோமன் தொடர்புகள்	பகிரப்பட்ட அமைப்பு (ஒத்த வடிவம்)

ஒற்றுமைகள் பெரும்பாலும் 'ஒத்த வடிவம்' (தனித்தனியே உருவானவை) —
மரபுவழிப் பொப்ட்டத்தை ஆதரிக்கும் தீர்க்கமான சான்றுகள் இல்லை.
எழுத்து அமைப்புகளுக்கும் முற்றிலும் தொடர்பற்றவை.

அட்டவணை 13.1. ஹரப்பா–கீழடி முறையான ஒப்பீடு.

பரிமாணம்	ஹரப்பா	கீழடி	தீர்ப்பு
நகரத் திட்டம்	கண்டிப்பான கட்டம், கோட்டை, நினைவுச்சின்னம்	ஒழுங்கான நகரம், சிறிய அளவு	ஒத்த வடிவம்
நீர் மேலாண்மை	பெரும் குளம், நகர வடிகால், நீர்த்தேக்கம்	வடிகால், தொட்டி நீர்ப்பாசனம்	ஒத்த வடிவம்
மட்கலன் (BRW)	கருப்பு-சிவப்பு மட்கலன் (பொதுவானது)	கருப்பு-சிவப்பு மட்கலன் (ஆதிக்கம்)	ஒன்றிணை உருவாக்கம்
எழுத்து	சிந்து எழுத்து — வாசிக்கப்படவில்லை	தமிழ்-பிராமி — பிராமியிலிருந்து	தொடர்பற்றது
வர்த்தகம்	மெசொப்பொத்தேமியா; கார்னீலியன் மணி	ரோம்–ஆசியா; கடல் வர்த்தகம்	பகிரப்பட்ட வளம்

ஒற்றுமைகள் இருந்தாலும், அவை பெரும்பாலும் 'ஒத்த வடிவம்' (தனித்தனியே உருவானவை). எழுதிம் தொடர்பும் மரபற்மை தொடர்ச்சியும் நிரூபிக்கப்படாத வரை, ஹரப்பா–கீழடி நேரடி நாகரிகத் தொடர்பு உ நிறுவப்படவில்லை.

ஒப்பீட்டின் சாரம்: *ஐந்து பரிமாணங்களிலும், ஒற்றுமைகள் பெரும்பாலும் 'ஒத்த வடிவம்' (தனித்தனியே உருவானவை) — மரபுவழியாகப் பெறப்பட்டவை அல்ல. இவற்றுள் மிகத் தீர்க்கமான சான்று: இரு எழுத்து அமைப்புகளும் முற்றிலும் தொடர்பற்றவை.*

> *பொருட்கலாச்சாரம் 'நேரடித் தொடர்ச்சி'யை ஆதரிக்கவில்லை. ஆனால் வேறு வகைச் சான்றுகள் — மொழி, மரபணு, மக்கள்தொகை வரலாறு — என்ன சொல்கின்றன? அவை ஒரு வேறுபட்ட, நுட்பமான கதையைச் சொல்கின்றன. அதை அடுத்த அத்தியாயம் விரிக்கிறது.*

அத்தியாயம் 14 · மொழி, மரபணு, மக்கள்தொகை வரலாறு

பொருட்கலாச்சார ஒப்பீடு ஒரு சித்திரத்தைத் தந்தது. மொழியியலும் பண்டை மரபணுவியலும், அதற்கு ஆழத்தைச் சேர்க்கின்றன. இங்குதான், 'தொலைதூர உறவினர்கள்' என்ற இந்நூலின் மையக் கருத்தின் வேர்கள் உள்ளன.

14.1 மொழிக் குடும்பங்களும் அவற்றின் புவியியல் தர்க்கமும்

தெற்காசியா, நான்கு முக்கிய மொழிக் குடும்பங்களுக்கு உறைவிடம்: இந்தோ-ஆரிய, திராவிட, முண்டா, திபெத்தோ-பர்மன். திராவிடக் குடும்பம், சுமார் 25 கோடி மக்கள் பேசும் 80 மொழிகளை உள்ளடக்கியது — முக்கியமாகத் தென்னிந்தியாவில்; பாகிஸ்தானில் 'பிராகுய்' என்ற தனித்த மொழியுடன். பண்டைத் திராவிடம் — அனைத்துத் திராவிட மொழிகளின் மூல மூதாதை — கிட்டத்தட்ட 4,000–4,500 ஆண்டுகளுக்கு முன் பேசப்பட்டதாக மதிப்பிடப்படுகிறது; இது, ஆரம்பகால ஹரப்பாக் கலாச்சாரத்தின் சரியான காலம்.

திராவிட மொழிகளின் புவியியல் விநியோகம், ராகிகர்ஹி மரபணுவில் சவானா மரபுவழி இல்லாமை ஆகியவை இணைந்து, ஒரு வலுவான கருத்தைத் தெரிவிக்கின்றன: ஹரப்பாவின் காலத்தில், திராவிட மொழிகள் சிந்துச் சமவெளியிலோ அதற்கு அருகிலோ பேசப்பட்டிருக்கலாம். பாகிஸ்தானில் இன்றும் தனித்து நிற்கும் பிராகுய் மொழி, இந்த ஆழமான விநியோகத்தின் எச்சமாக இருக்கலாம்.

14.2 பண்டை DNA சான்று: மரபணு என்ன வெளிப்படுத்துகிறது

2015 முதல் 2024 வரை, தெற்காசியாவில் 500-க்கும் மேற்பட்ட பண்டை நபர்களிடமிருந்து பண்டை DNA வெளியிடப்பட்டுள்ளது. இந்தத் தரவில் ஒரு குறிப்பிடத்தக்க வடிவம் தெரிகிறது: துணைக்கண்டத்தில் உள்ள எந்தச் சமூகத்தைவிடவும், நவீனத் தமிழ் பேசுவோர், அதிக AASI மற்றும் ஹரப்பா-தொடர்பு மரபுவழியையும், குறைந்த சவானா மரபுவழியையும் காட்டுகின்றனர். இது, இந்தோ-ஆரிய விரிவாக்கத்திற்கு முந்தைய பண்டை

தெற்காசிய வம்சாவளிகளிலிருந்து, தமிழ் மக்கள்தொகை முதன்மையாக இறங்கியது என்ற கருத்துடன் இயைகிறது.

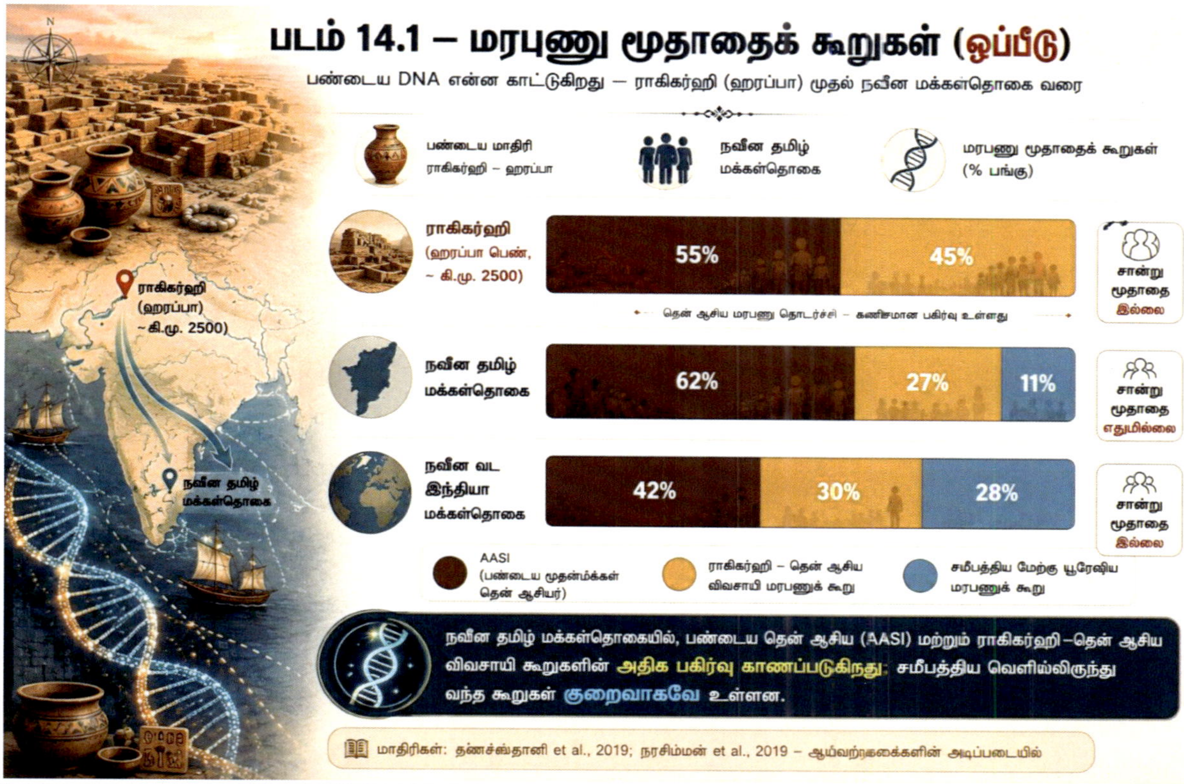

அட்டவணை 14.1. மரபணு மூதாதைக் கூறுகள் (தோராய விகிதங்கள்)

மக்கள்தொகை	AASI (பண்டைய குடி தென்னிந்தியர்)	ஈரானிய-தொடர்பு விவசாயி மூதாதை	சவானா (யாம்னயா) தொடர்பு மூதாதை	தீர்ப்பு / குறிப்பு
ராகிகர்ஹி (ஹரப்பா பெண், ~ கி.மு. 2500)	~55%	~45%	இல்லை	சவானா கூறு இல்லை
நவீன தமிழ் மக்கள்தொகை	~62%	~27%	~11%	AASI அதிகம்; தொடர்ச்சி தெளிவாக காண்ப்படுகிறது
நவீன வட இந்திய மக்கள்தொகை	~42%	~30%	~28%	சவானா கூறு அதிகம்

AASI (பண்டைய குடி தென்னிந்தியர்) · ஈரானிய–தொடர்பு விவசாயி மூதாதை · சவானா (யாம்னயா) தொடர்பு மூதாதை

AASI என்பது தென்னிந்திய பண்டைய குடி மக்களின் ஆழ்ந்த மூதாதைக் கூறாக கருதப்படுகிறது.

இந்த அட்டவணையின் மிக முக்கியமான வரி, முதல் வரி: ராகிகர்ஹி நபரிடம் சவானா மரபுவழி இல்லை. இது, ஹரப்பா மக்கள்தொகை, இந்தோ-ஆரியர் வருகைக்கு முந்தைய தெற்காசிய வம்சாவளியினர் என்பதைக் காட்டுகிறது. நவீனத் தமிழர்களிடம் காணப்படும் உயர் AASI கூறு, அதே ஹரப்பா-தொடர்பு வம்சாவளியின் தொடர்ச்சியை — ஒரு மரபணு இழையை — தெரிவிக்கிறது.

ஆனால் கவனம்: *மரபணு உறவு உண்மையானது; ஆனால் இது கீழடியின் குடியிருப்பாளர்களை ஹரப்பாக் குடியேறிகளாக ஆக்காது. பகிரப்பட்ட ஆழமான வம்சாவளி என்பது வேறு; நேரடி இடப்பெயர்வு என்பது வேறு. உறவு, தொலைதூரத்தது.*

> *மொழியும் மரபணுவும், பொருட்கலாச்சாரம் சொன்னதைவிட நெருக்கமான ஓர் உறவைக் காட்டுகின்றன — ஆனால் அது இன்னும் 'நேரடித் தொடர்ச்சி' அல்ல. இப்போது, எல்லாச் சான்றுகளையும் ஒன்றுசேர்த்து எடைபோடும் நேரம் வந்துவிட்டது. அதை அடுத்த பகுதி செய்கிறது.*

பகுதி V · ஹரப்பா கீழடியாக மாறியதா?

சான்றுகளின் தொகுப்பு

அத்தியாயம் 15 · ஐந்து கருதுகோள்களை மதிப்பிடுதல்

ஹரப்பாவுக்கும் கீழடிக்கும் இடையேயான உறவை விளக்க, ஐந்து முக்கியக் கருதுகோள்கள் முன்மொழியப்பட்டுள்ளன. ஒவ்வொன்றையும் தனியே எடுத்து, கிடைக்கும் சான்றுகளின் எடைக்கு எதிராக நேர்மையாக மதிப்பிடுவோம் — எது நிற்கிறது, எது விழுகிறது என்று.

15.1 கருதுகோள் 1 — நேரடித் தொடர்ச்சி

இக்கருதுகோள், கீழடி, ஹரப்பாவின் நேரடிக் கலாச்சார, நிறுவன அல்லது மக்கள்தொகை வாரிசு என்று முன்மொழிகிறது — அதாவது, ஹரப்பா 'ஆகவே' கீழடி ஆனது என்பது. இது மிக வலுவான கூற்று; எனவே மிக வலுவான சான்றைக் கோருகிறது.

> **சான்று நிலை — ஆதரிக்கப்படவில்லை.** *1,300 ஆண்டு காலவெளி; கீழடியில் ஹரப்பா-குறிப்பிட்ட கலாச்சாரக் குறியீடுகள் இல்லாமை; தெற்கு நோக்கிய ஒரு தொடர்ச்சியை ஆவணப்படுத்தும் இடைநிலைத் தளங்கள் இல்லாமை — இவை அனைத்தும் இக்கருதுகோளுக்கு எதிராக வாதிடுகின்றன.*

15.2 கருதுகோள் 2 — கலாச்சாரப் பரவல்

இக்கருதுகோள், குறிப்பிட்ட தொழில்நுட்பங்களும் நடைமுறைகளும், ஹரப்பா உலகிலிருந்து, பல இடைத்தரகர் சமூகங்கள் வழியே தெற்கே மெல்லப் பரவியிருக்கலாம் என்று முன்மொழிகிறது. இது, நேரடித் தொடர்ச்சியைவிட மிதமானது.

> **சான்று நிலை — நிரூபிக்கப்படவில்லை, ஆனால் சாத்தியம்.** *குறிப்பிட்ட சில கூறுகளுக்கு இது சாத்தியம். பத்தொன்பதாம் அத்தியாயத்தில் காணப்போகும் வெண்கல கால வீழ்ச்சி ஒப்பீடு, இப்பாதை உண்மையிலேயே நிகழக்கூடியது என்று காட்டுகிறது.*

15.3 கருதுகோள் 3 — வர்த்தகத் தொடர்பு

இக்கருதுகோள், இரு நாகரிகங்களுக்கிடையேயான ஒற்றுமைகள், அவற்றின் பொதுவான தெற்காசிய மற்றும் இந்தியப் பெருங்கடல் வர்த்தக வலைகளில் பங்கேற்பதையே பிரதிபலிக்கின்றன என்று முன்மொழிகிறது.

சான்று நிலை — வலுவாக ஆதரிக்கப்படுகிறது. *இரு நாகரிகங்களும் பகிரப்பட்ட தெற்காசிய வர்த்தக வலைகளில் பங்கேற்றது நிரூபிக்கப்பட்டுள்ளது.*

15.4 கருதுகோள் 4 — பகிரப்பட்ட தெற்காசிய வளர்ச்சி மரபு

இக்கருதுகோள், ஹரப்பாவும் கீழடியும், ஒரே பொதுவான தெற்காசியக் கலாச்சார-தொழில்நுட்ப அடித்தளத்தின் வெளிப்பாடுகள் என்று முன்மொழிகிறது — ஒன்று மற்றொன்றை உருவாக்கியதால் அல்ல; மாறாக, இரண்டும், நியோலிதிக் காலம் முதல் தொடர்ந்த அதே ஆழமான தெற்காசிய அறிவு, விவசாய நடைமுறை, பொருட்கலாச்சாரத்திலிருந்து தனித்தனியே நெய்யப்பட்டதால்.

சான்று நிலை — வலுவாக ஆதரிக்கப்படுகிறது. *ஹரப்பாவுக்கும் கீழடிக்கும் இடையேயான பரந்த பொருட்கலாச்சார ஒற்றுமைகளுக்கு, இதுவே மிகத் துல்லியமான விளக்கமாக இருக்கக்கூடும்.*

15.5 கருதுகோள் 5 — தனித்த, உள்ளூர் வளர்ச்சி

இக்கருதுகோள், கீழடியின் சாதனைகள் — நகரவாழ்வு, எழுத்தறிவு, கைவினைச் சிறப்பு, வர்த்தக ஒருங்கிணைப்பு — ஹரப்பா முன்னோடி இல்லாமல், கி.மு. முதல் ஆயிரமாண்டு வைகைப் படுகையின் உள்ளூர்ச் சுற்றுச்சூழல், சமூக, பொருளாதார நிலைமைகளுக்குப் பதிலாக உருவெடுத்தன என்று முன்மொழிகிறது.

சான்று நிலை — வலுவாக ஆதரிக்கப்படுகிறது. *கீழடியின் குறிப்பிட்ட நிறுவன மற்றும் பொருட்கலாச்சார சாதனைகளுக்கு இது வலுவாக ஆதரிக்கப்படுகிறது. குறிப்பிட்ட இணைப்புகளுக்கு நேர்மறை சான்று இல்லாத நிலையில், இதுவே பொறுப்பான இயல்புநிலை நிலைப்பாடு.*

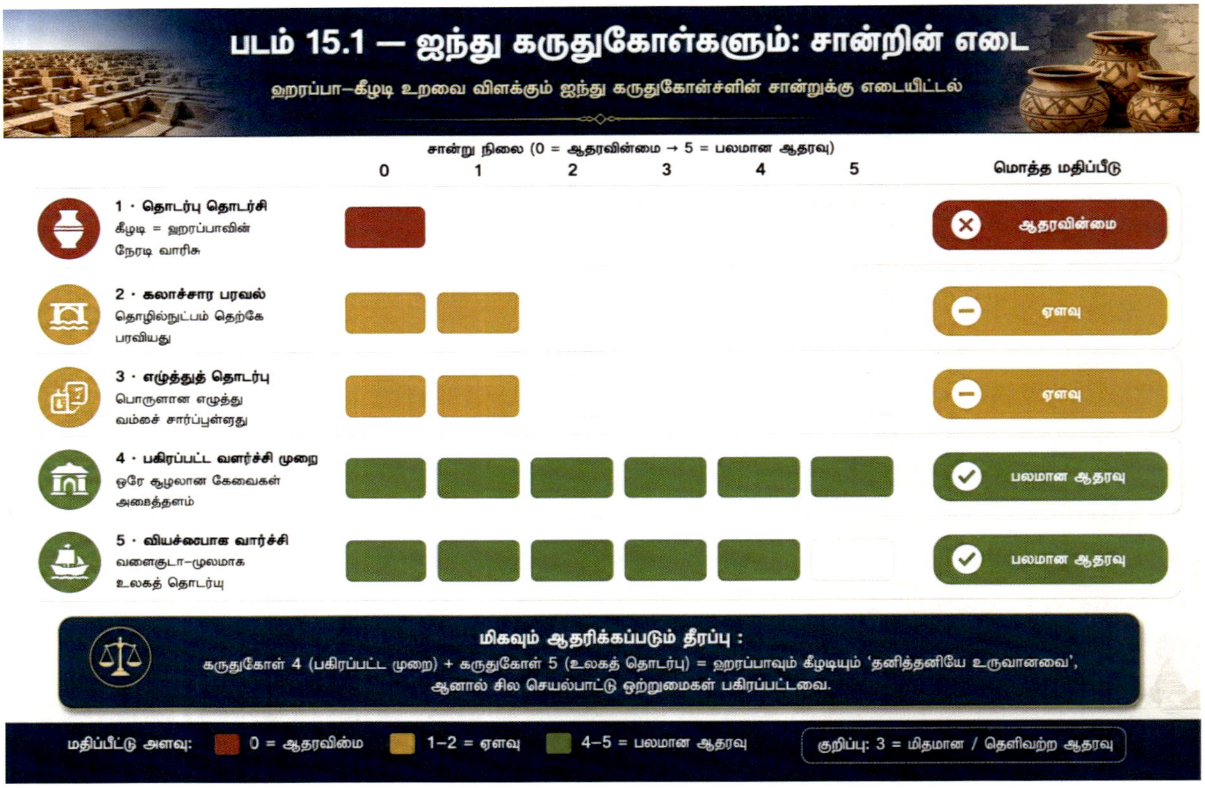

அட்டவணை 15.1. ஐந்து கருதுகோள்களின் மதிப்பீடு

ஹரப்பா – கீழடி உறவை விளக்கும் ஐந்து கருதுகோள்களின் சான்று நிலை மதிப்பீடு

கருதுகோள்	சாராம்சம்	சான்று நிலை
1 நேரடித் தொடர்ச்சி	ஹரப்பா 'ஆகவே' கீழடி	✕ ஆதரிக்கப்படவில்லை
2 கலாச்சாரப் பரவல்	இடைத்தரகர் வழியே பரவல்	~ சாத்தியம் (பகுதி)
3 வர்த்தகத் தொடர்பு	பொதுவான வர்த்தக வலை	✓ வலுவான ஆதரவு
4 பகிரப்பட்ட மரபு	ஒரே ஆழமான அடித்தளம்	★ வலுவான ஆதரவு ★
5 உள்ளூர் வளர்ச்சி	தன் வேரிலிருந்து மலர்ச்சி	★ வலுவான ஆதரவு ★

கருதுகோள் 4 (பகிரப்பட்ட மரபு) மற்றும் கருதுகோள் 5 (உள்ளூர் வளர்ச்சி) – இரண்டும் வலுவான ஆதரவைப் பெறுகின்றன;
கருதுகோள் 3 (வர்த்தகத் தொடர்பு) – வலுவான ஆதரவு கொண்டது.
கருதுகோள் 1 – ஆதரவின்றி; கருதுகோள் 2 – பகுதி சாத்தியம் மட்டும்.

மதிப்பீட்டின் வடிவம் தெளிவாகிறது: நேரடித் தொடர்ச்சி (கருதுகோள் 1) விழுகிறது; ஆனால் 'எந்தத் தொடர்பும் இல்லை' என்பதும் தவறு. மிக வலுவாக நிற்பவை, நான்காவதும் ஐந்தாவதும் — பகிரப்பட்ட ஆழமான மரபும், தனித்த உள்ளூர் வளர்ச்சியும். இவ்விரண்டின் கூட்டே, அடுத்த அத்தியாயத்தின் தொகுப்புக்கு வழிவகுக்கிறது.

> *ஐந்து கருதுகோள்களையும் தனித்தனியே எடைபோட்டாயிற்று. இப்போது, அவற்றை ஒன்றுசேர்த்து, ஒற்றை, தெளிவான, நேர்மையான பதிலை உருவாக்கும் நேரம். அதை இறுதி அத்தியாயம் செய்கிறது.*

அத்தியாயம் 16 · ஹரப்பா கீழடியாக மாறியதா? — ஒரு தொகுப்பு

எல்லாச் சான்றுகளையும் — காலம், நிலம், பொருட்கலாச்சாரம், எழுத்து, மொழி, மரபணு — ஒன்றுசேர்த்து எடைபோட்டபின், மிகத் துல்லியமான பதில் ஒன்று வெளிப்படுகிறது. அது, ஒரு சொல்லில் 'ஆம்' அல்லது 'இல்லை' அல்ல; அது, ஒரு நுட்பமான உறவின் கதை.

16.1 சான்றுகள் எதை ஆதரிக்கின்றன

தற்போதைய சான்றுகள், ஹரப்பாவும் கீழடியும் மூன்று உண்மையான — ஆனால் முக்கியமாக வேறுபட்ட — வழிகளில் தொடர்புடையவை என்ற படத்தை வலுவாக ஆதரிக்கின்றன.

முதலாவது, மொழியியல் உறவு. ஹரப்பா நாகரிகம் பண்டைத் திராவிடம் பேசியதாக இருந்தால் — மரபணுச் சான்றும் புவியியல் தர்க்கமும் இதைப் பெரிதும் தெரிவிக்கின்றன — தமிழ் பேசும் கீழடி, ஹரப்பா உலகுக்கு ஒரு மொழியியல் வழித்தோன்றல். மொழி, கலாச்சார நினைவையும், வகைப்படுத்தல் அமைப்புகளையும், சமூகக் கட்டமைப்புகளையும், தொழில்நுட்பச் சொல்லகராதியையும், நூற்றாண்டுகளாகக் கடத்துகிறது.

இரண்டாவது, மரபணு உறவு. ஆரம்பகால வரலாற்றுத் தமிழ்நாட்டின் மக்கள், கணிசமான ஹரப்பா-தொடர்பு கூறுடன், பண்டை தெற்காசிய வம்சாவளியிலிருந்து உயிரியல் ரீதியாக இறங்கினர். ஆனால் — இதை மீண்டும் வலியுறுத்த வேண்டும் — இது, கீழடியின் குடியிருப்பாளர்களை ஹரப்பாக் குடியேறிகளாக ஆக்கவில்லை.

மூன்றாவது, பகிரப்பட்ட கலாச்சார அடித்தளம். இரு நாகரிகங்களும், ஒரே தெற்காசியக் கலாச்சார உலகில் பங்கேற்றன: BRW மட்கலன் மரபு, கார்னீலியன் மணிப் பொருளாதாரம், பருத்தி ஜவுளி மரபு, தொட்டி-நீர்த்தேக்க நீர் மேலாண்மை, கைவினைச் சிறப்பின் மீதான வலியுறுத்தல்.

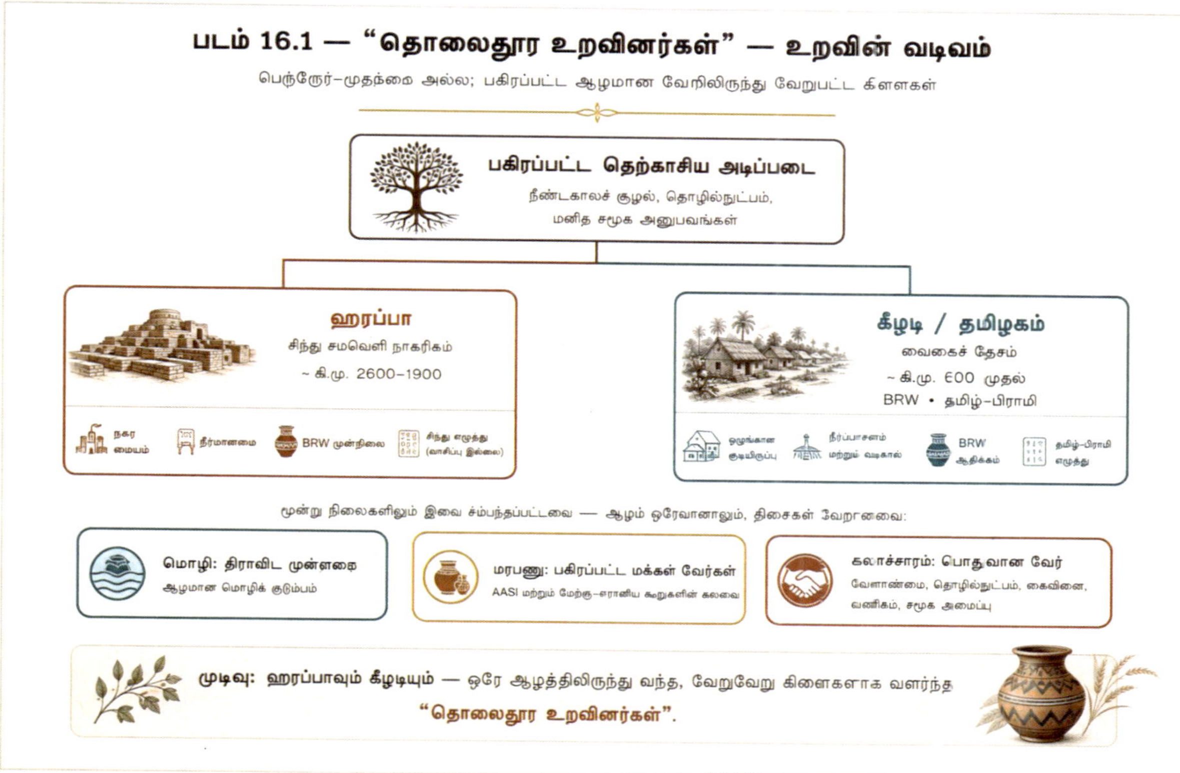

படம் 16.1. *தெற்காசிய நாகரிகத்தின் குடும்ப மரம் — ஹரப்பாவும் கீழடியும் தொலைதூர உறவினர்கள்.*

16.2 சான்றுகள் எதை ஆதரிக்கவில்லை

சான்றுகள், இரு நாகரிகங்களுக்கிடையே நேரடி நிறுவன வாரிசை ஆதரிக்கவில்லை — அதாவது, ஹரப்பா-குறிப்பிட்ட நிறுவனங்களையும் நடைமுறைகளையும் நேரடியாகக் கடத்தும் ஒரு தொடர்ச்சி வழியே, கீழடி தன் வடிவங்களைப் பெற்றது என்ற பார்வையை.

அதே நேரம், சான்றுகள் 'எந்தத் தொடர்பும் இல்லை' என்பதையும் ஆதரிக்கவில்லை. 'ஹரப்பாவுக்கும் கீழடிக்கும் எந்தத் தொடர்பும் இல்லை' என்று கூறுவது, 'ஹரப்பாவே கீழடி ஆனது' என்று கூறுவதைப் போலவே தவறு. உண்மை, இவ்விரு உச்சங்களுக்கும் இடையே — ஒரு நுட்பமான, தொலைதூர உறவில் — உள்ளது.

16.3 மிக நேர்மையான பதில்

எனவே, இந்நூலின் மைய வினாவுக்கு, மிக நேர்மையான பதில் இதுவே:

தொகுப்பு: *நேரடி நிறுவன-பொருட்கலாச்சார வாரிசு என்ற அர்த்தத்தில்: இல்லை. மொழியியல் மூதாதை என்ற அர்த்தத்தில்: ஆகலாம், ஒரு பகுதியளவு. மரபணு மூதாதை என்ற அர்த்தத்தில்: ஆம், பகுதியளவு. பகிரப்பட்ட தெற்காசியக் கலாச்சார மரபு என்ற அர்த்தத்தில்: ஆம். மிகத் துல்லியமான தொகுப்பு — ஹரப்பாவும் கீழடியும் தொலைதூர உறவினர்கள்; தாய்-தந்தை-குழந்தை உறவல்ல. தெற்காசிய நாகரிகத்தின் ஆழமான குடும்ப மரத்தில், பகிரப்பட்ட மூதாதையால் வடிவமைக்கப்பட்ட — ஆனால் ஓர் ஆயிரம் ஆண்டுகளுக்கும் மேலான தனித்தனி வரலாற்றில், வேறுபட்ட பாதைகளில் வளர்ந்த — உறவினர்கள்.*

> *அறிவியல் பதிலைப் பெற்றாயிற்று. ஆனால் இந்தக் கேள்வி, அறிவியலோடு மட்டும் நின்றுவிடவில்லை — அது அரசியலையும், பாரம்பரியத்தையும், உலகளாவிய ஒப்பீட்டையும் தொடுகிறது. அந்தப் பரந்த பின்னணியை, இறுதிப் பகுதி விரிக்கிறது.*

பகுதி VI · பாரம்பரியம், அரசியல், உலகளாவியக் கண்ணோட்டம்

சான்றும் அதன் சமூகச் சூழலும்

அத்தியாயம் 17 · தொல்லியல், பாரம்பரியம், பொதுக் கதையாடல்

தொல்லியல் தளங்கள், தம் அறிவியல் முக்கியத்துவத்தைத் தாண்டிய ஒரு சமூக எடையைச் சுமக்கின்றன. ஒரு கண்டுபிடிப்பு, வெறும் தரவாக நிற்பதில்லை — அது மக்களின் அடையாளம், பெருமை, உணர்வுகளுடன் பின்னிப்பிணைகிறது. கீழடியும் இதற்கு விதிவிலக்கல்ல.

17.1 கண்டுபிடிப்பும் பொதுக் கதையாடலும்

கீழடியின் அகழ்வுகள், தமிழ்க் கலாச்சார மற்றும் அடையாள உணர்வு வலுப்பெற்ற ஒரு தருணத்தில் தொடங்கின. தமிழ்-பிராமி கல்வெட்டுகளின் கண்டுபிடிப்பும், கி.மு. 600 வரையிலான குடியிருப்பைத் தெரிவித்த கதிரியக்கத் தேதிகளும், உடனடியாகப் பொதுக் கதையாடலில் இடம்பெற்றன. ஒரு கண்டுபிடிப்பு பொதுவெளிக்கு வரும்போது, அது பெரும்பாலும் அதன் அறிவியல் எல்லைகளைத் தாண்டி விளக்கப்படுகிறது — இது இயல்பான ஒரு சமூக நிகழ்வு.

இந்தச் சமூக அழுத்தம், அறிவியல் நேர்மைக்கு உண்மையான சவால்களை உருவாக்குகிறது. ஒரு குறிப்பிடத்தக்க அறிகுறி, 2018-ல், அகழ்வின் நடுவில், அசல் இயக்குநர் இடமாற்றம் செய்யப்பட்டது. சான்றுகள் என்ன சொல்கின்றன என்பதைவிட, அவை என்ன சொல்ல வேண்டும் என்று மக்கள் விரும்புகிறார்கள் என்பது, சில நேரங்களில் விவாதத்தை வழிநடத்துகிறது. அறிவியலின் கடமை, அந்த அழுத்தத்துக்கு எதிராக, சான்றின் பக்கம் உறுதியாக நிற்பதே.

17.2 காலனிய மரபும் தென்னிந்திய வரலாற்றியலும்

கீழடியைச் சுற்றிய சமூக இயக்கவியலை, தெற்காசியத் தொல்லியல் வரலாற்றியலை வடிவமைத்த காலனிய மரபை ஒப்புக்கொள்ளாமல் புரிந்துகொள்ள முடியாது. காலனிய காலத்தில் சில அறிஞர்கள், தென்னிந்தியப் பங்களிப்புகளை முறையாகக் குறைத்து மதிப்பிட்டனர். வடக்கையே நாகரிகத்தின் மையமாகவும், தெற்கை அதன் வழித்தோன்றலாகவும் காட்டும் ஒரு கதை, அக்கால நிர்வாகச் சூழலுக்குப் பொருந்தியது. கீழடி போன்ற தளங்கள், இந்தப் பழைய, ஒருதலைபட்சக் கதையைச் சவாலுக்கு உட்படுத்துகின்றன — சான்றின் வழியே.

17.3 தீர்வாக அறிவியல் தொல்லியல்

சான்றுகள் தவறாகப் பயன்படுத்தப்படுவதற்கு, தீர்வு குறைவான தொல்லியல் அல்ல — சிறந்த தொல்லியல். மிக வெளிப்படையான, கண்டிப்பான, முழுமையாக வெளியிடப்பட்ட, சர்வதேச அறிவியல் ஈடுபாட்டுக்குத் திறந்த தொல்லியல். தொல்லியல் தரவு ஒரு பொது நலன்; அது, அகழ்வுக்கு நிதியளிக்கும் அரசுகளுக்கோ நிறுவனங்களுக்கோ மட்டும் சொந்தமானதல்ல — உலகளாவிய அறிவியல் சமூகத்துக்கும், ஒட்டுமொத்த மனிதகுலத்துக்கும் சொந்தமானது.

அடிப்படை: *எந்தச் சமூக அழுத்தத்திற்கும் சிறந்த பதில், சான்றை மறைப்பதோ மிகைப்படுத்துவதோ அல்ல — அதைத் தெளிவாக, முழுமையாக, நேர்மையாக வெளியிடுவதே. அறிவியல், கதையாடல்களுக்கு அடிபணியாது; சான்றுக்கே பணிகிறது.*

சான்றை நேர்மையாக அணுகுவது இன்றியமையாதது. ஆனால் அந்தச் சான்றை இன்னும் வளமாக்க, எதிர்காலத்தில் என்ன ஆராய்ச்சி தேவை? அடுத்த அத்தியாயம், தென்காசியத் தொல்லியலின் எதிர்காலப் பாதையை வரைகிறது.

அத்தியாயம் 18 · தெற்காசியத் தொல்லியலின் எதிர்காலம்

ஹரப்பா–கீழடிக் கேள்வி, இன்னும் முழுமையாக விடைபெறவில்லை — ஏனெனில் சில முக்கியச் சான்றுகள் இன்னும் நிலத்தடியில் உறங்குகின்றன. இந்த அத்தியாயம், அவற்றை வெளிக்கொணரும் ஐந்து ஆராய்ச்சி முன்னுரிமைகளை வரையறுக்கிறது.

18.1 தக்காணத் தொல்லியல் இடைவெளி: காணாமல்போன இணைப்பு

ஹரப்பா உலகுக்கும் ஆரம்பகாலத் தமிழ்நாட்டுக்கும் இடையேயான எந்த நேரடிக் கலாச்சார இணைப்பும், தக்காணத்தில்தான் — இரு பகுதிகளையும் புவியியல் ரீதியாக இணைக்கும் பிரம்மாண்டப் பீடபூமியில் — தேடப்பட வேண்டும். கி.மு. 1800–800 காலகட்டத்தை இலக்காகக் கொண்டு, தக்காணச் செப்புக்கற்கால (Chalcolithic) தளங்களை முறையாக ஆய்வுசெய்து அகழ்வதே, ஹரப்பா–கீழடிக் கேள்வியைத் தெளிவுபடுத்தும் ஒற்றை மிக முக்கியமான ஆராய்ச்சி முதலீடாக இருக்கும்.

18.2 தென்னிந்தியாவிலிருந்து பண்டை DNA

கீழடிக் கேள்வியைத் தெளிவுபடுத்தக்கூடிய மிக முக்கியமான அறிவியல் முன்னேற்றம், கீழடியிலிருந்தே பண்டை DNA-ஐ மீட்டெடுப்பது. தமிழ்நாட்டின் வெப்பமான, ஈரமான நிலைமைகள், DNA பாதுகாப்புக்கு எதிரானவை; ஆனால் சமீபத்திய முறை முன்னேற்றங்கள், வெப்ப-காலநிலைத் தளங்களிலிருந்தும் DNA மீட்கும் வாய்ப்புகளை மேம்படுத்தியுள்ளன.

18.3 வைகைப் படுகைக் குடியிருப்பு அமைப்பு

கீழடி, ஒரு முழுப் பிராந்திய நாகரிகத்தைத் தாங்கிய ஒரு நதிப் படுகையில் உள்ள ஒரே தளம். வைகை நீர்ப்பிடிப்பு — அதன் மூலங்களிலிருந்து முகத்துவாரம் வரை — நவீன முறைகளால் இன்னும் முழுமையாக ஆய்வுசெய்யப்படவில்லை. LiDAR மற்றும் வான்வழி ஆய்வு, இங்கே பல புதிய தளங்களை வெளிப்படுத்தக்கூடும்.

18.4 சிந்து எழுத்தின் மறைகுறி தீர்வு

சிந்து எழுத்து வாசிக்கப்பட்டால், ஹரப்பாவுக்கும் திராவிட மொழிகளுக்கும் இடையேயான உறவைத் தீர்க்கும் மொழிக் கேள்வியைத் தீர்க்க முடியும். எந்த இருமொழிக் கல்வெட்டோ, நீண்ட நூலோ கண்டுபிடிப்பு, இதில் ஒரு திருப்புமுனையாக இருக்கும். நவீன இயந்திரக் கற்றல் அணுகுமுறைகள், இக்கேள்வியில் தொடர்ந்த முயற்சிக்குத் தகுதியானவை.

18.5 சுற்றுச்சூழல் மற்றும் காலநிலை மறுகட்டமைப்பு

கீழடியின் குடியிருப்பின் சுற்றுச்சூழல் சூழலைக் கணிசமாகச் செழுமைப்படுத்தும் வகையில், வைகைப் படுகையின் சுற்றுச்சூழல் வரலாற்றை — குறிப்பாகக் கி.மு. முதல் ஆயிரமாண்டில் நதியின் நடத்தையை — நன்கு புரிந்துகொள்வது அவசியம்.

கீழடியின் மிகப்பெரும் பங்களிப்பு: *கீழடி தெற்காசியத் தொல்லியலுக்குச் செய்த மிகப்பெரும் பங்களிப்பு, எந்த ஒரு குறிப்பிட்ட கண்டுபிடிப்பும் அல்ல — மட்கலனோ, கல்வெட்டோ, இரும்போ அல்ல. மாறாக, ஆரம்பகாலத் தமிழ்நாடு, எந்த முந்தைய கணக்கும் ஒப்புக்கொண்டதைவிட மிகவும் சிக்கலானது, கல்வியறிவு மிக்கது, உலகளாவிய அளவில் இணைந்தது என்ற நிரூபணமே.*

> *தென்னாசியக் கதையை விரிவாகக் கண்டோம். ஆனால் இந்தக் கேள்வி — ஒரு நாகரிகம் மற்றொன்றாக மாறியதா — தனித்ததல்ல. உலகெங்கும், பல நாகரிகங்கள் இதே வகைக் கேள்விகளை எழுப்பியுள்ளன. அவற்றின் பாடங்களை, அடுத்த அத்தியாயம் கற்கிறது.*

அத்தியாயம் 19 · உலகளாவிய ஒப்பீட்டாளர்கள் — பிற நாகரிக மாற்றங்கள்

ஒப்பீட்டு நெறிமுறை, கவனமாகப் பயன்படுத்தப்படும்போது, மூன்றைச் செய்கிறது: முன்னோடி நிகழ்தகவை நிறுவுகிறது; விளைவுகளை வேறுபடுத்தும் சான்று வகைகளை அடையாளம் காண்கிறது; 'தொடர்பு உண்டு / இல்லை' என்ற தவறான இருமையைத் தவிர்க்கும் சொல்லகராதியை வழங்குகிறது. உலகின் ஐந்து நாகரிக மாற்றங்களை, இந்தக் கண்ணோட்டத்தில் காண்போம்.

19.1 மினோவன் → மைசீனியன்: எழுத்து தீர்வின் முடிவான சக்தி

1952-ல் மைக்கேல் வென்ட்ரிஸ், 'லீனியர் B' எழுத்தை வாசித்து, அது ஆரம்பகாலக் கிரேக்கம் என்று நிரூபித்தார் — மைசீனிய நிர்வாக வர்க்கம் கிரேக்கம் பேசியது என்பதை உறுதிசெய்தார். மைசீனியர்கள், மினோவர்களிடமிருந்து பரிணமிக்கவில்லை; கி.மு. ~1450-ல் கிரீட்டைக் கைப்பற்றி, மினோவன் நிர்வாக-கலை மரபுகளை, தம் தனித்த கலாச்சாரத்தின் மீது ஒரு மேலடுக்காக ஏற்றுக்கொண்டனர். மேலோட்டமான தொடர்ச்சி, நிறுவனத் தொடர்ச்சியைக் குறிக்கவில்லை.

19.2 ஷாங் → சோ: அரசியல் உத்தியாக கலாச்சாரத் தொடர்ச்சி

சோ மக்கள், ஷாங்கைப் படைபலத்தால் கைப்பற்றியதால், சட்டபூர்வத்தன்மைக் கேள்வியை எதிர்கொண்டனர். அவர்களின் தீர்வு — 'சொர்க்கத்தின் ஆணை' (டியான்மிங்) — தம் வெற்றியை, ஒரு சீரழிந்த ஷாங் அரசரிடமிருந்து சொர்க்கம் ஆணையைத் திரும்பப் பெற்றதாகச் சித்தரித்தது; சோவை அழிப்பாளர் அல்ல, வாரிசர் என நிலைநிறுத்தியது. இங்கே, கலாச்சாரத் தொடர்ச்சி, வேண்டுமென்றே உருவாக்கப்பட்ட ஓர் அரசியல் கட்டமைப்பு — இது, 1,300 ஆண்டு இடைவெளியில் நேரடி வாரிசு தேவைப்படும் ஹரப்பா–கீழடி வழக்கிலிருந்து வேறுபட்டது.

19.3 வெண்கல கால வீழ்ச்சி: ஒடுக்கம், துண்டாடல், மீட்சி

வெண்கல கால வீழ்ச்சி (கி.மு. ~1200–1150), கிழக்கு மத்தியதரைக்கடல் முழுவதும், ஒன்றோடொன்று இணைந்த பல அரண்மனை நாகரிகங்களின்

ஒரே நேரத்திலான வீழ்ச்சி. லெவாந்தில், கானானிய மூல எழுத்து, வீழ்ச்சிக்குப் பின் ஃபொனீசிய, எபிரேய, இறுதியில் கிரேக்க எழுத்துகளாக மலர்ந்தது. மறைந்தது — அரசு நிர்வாகம், ஆசிரியர் வர்க்கம், தொலைதூர ஆடம்பர வர்த்தகம்; அடிப்படைக் கலாச்சார அடித்தளம் அல்ல. இந்த வடிவம், குறிப்பிட்ட ஹரப்பாக் கூறுகள், நகர வீழ்ச்சிக்குப் பின், தொல்லியல் ரீதியாகக் குறைவாகத் தெரியும் வடிவங்களில் தப்பித்து, பிற்காலச் சமூகங்களில் மீண்டும் தோன்றியிருக்கலாம் என்று காட்டுகிறது — இது கலாச்சாரப் பரவலை நிரூபிக்கவில்லை; ஆனால் அதை ஏன் நிராகரிக்க முடியாது என்று காட்டுகிறது.

படம் 19.1. நாகரிக மாற்றங்களின் வகைமை

பலவனாயில் ஏற்ப்ட்ட மாற்றுமும் நாகரிக உழயை வகுத்தும் மாற்றுநும்

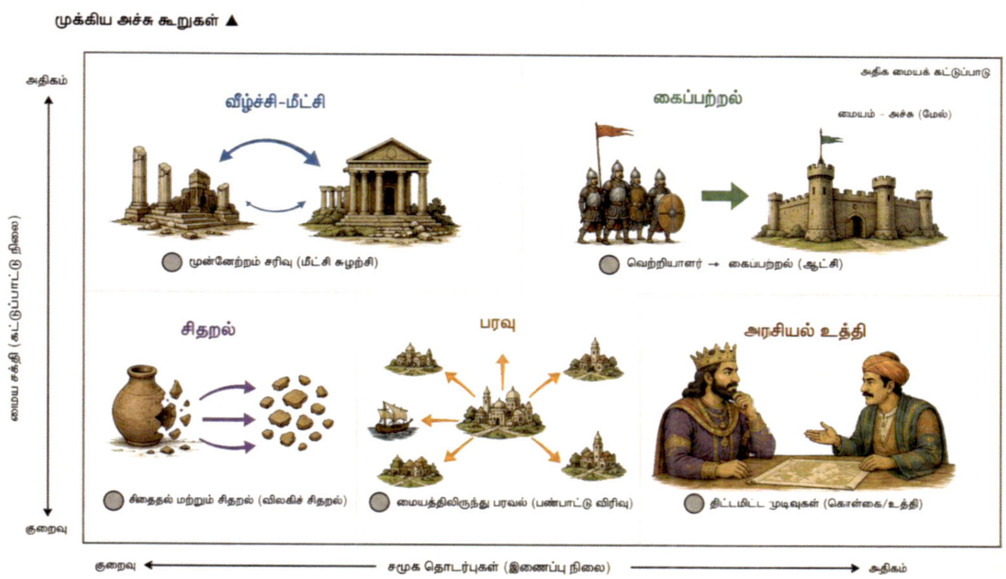

மாற்றங்கள் மோதல், திட்டம், சிதறல், பரவல், மறுசீரமைப்பு மற்றும் அரசியல் உத்திகள் வழியாக நடைபெறுகின்றன.

ஆதாரம்: மாற்றத்திற்கான உலகங்கள் 2014, கிரியேட்டிவ் பார்க் 2016 தழுவப்பட்டது

19.4 டியோட்டிஹுவாக்கன் → டிக்கல்: குறிப்பிட்டத்தன்மைச் சோதனை

டியோட்டிஹுவாக்கன், கட்டமைப்பு ரீதியாக ஹரப்பாவுக்கு மிக நெருக்கமான இணை. டிக்கலில் (மாயா தாழ்நிலம்), டியோட்டிஹுவாக்கன்-பாணிப் போர்வீரர் உருவங்கள், 'அன்னிய' புதைகுழி நடைமுறைகள், மெக்சிகோ படுகைப் பட்டறைகளுக்குக் கண்டறியக்கூடிய பொருட்கள் — கி.பி. ~378-ல் தோன்றுகின்றன; இது, ஒரு படையெடுப்பின் வரலாற்றுப்

பதிவுகளுடன் இயைகிறது. இந்த வழக்கு — சமகாலத் தொடர்பு, புவியியல் சாத்தியம், பொதுவான பாணி எதிரொலி அல்ல, குறிப்பிட்ட தடயம் — ஹரப்பா செல்வாக்கைக் கீழடியில் நிரூபிக்க எத்தகைய சான்று தேவை என்பதைக் காட்டுகிறது. தற்போதைய சான்றுகள், அத்தகைய குறிப்பிட்ட, சோதிக்கக்கூடிய தடயங்களை அல்ல, பரந்த இணைகளையே வழங்குகின்றன.

19.5 காஹோக்கியா: சுற்றுச்சூழல் அழுத்தமும் சிதறலும்

காஹோக்கியா — நவீன ஈஸ்ட் செயிண்ட் லூயிஸ்க்கு அருகே — ஹரப்பாவுக்கு ஒரு கொலம்பஸ்-முன் இணையை வழங்குகிறது. கி.பி. ~1350-ல் நகரங்கள் கைவிடப்பட்டது, வெள்ளம், விவசாய அதிக நீட்சி, வறட்சி, சமூகச் சமத்துவமின்மை, வளக் குறைவு போன்றவற்றின் கலவையுடன் தொடர்புடையது. பிந்தைய காஹோக்கியாச் சமூகங்கள், அதே மக்கள்தொகை அடித்தளத்திலிருந்து சிதறிய வழித்தோன்றல்கள் — பரந்த மிசிஸிப்பியன் மரபு அளவில் கலாச்சாரத் தொடர்ச்சியைப் பேணியவை. ஹரப்பாவுக்குப் பின், இது போன்ற சிதறல் வடிவமே, மிகச் சரியான ஒப்பீட்டாளர்.

அட்டவணை 19.1. உலகளாவிய ஒப்பீட்டாளர்கள் — ஐந்து வழக்குகள்

வழக்கு	மாற்றத்தின் தன்மை	ஹரப்பா–கீழடிக்கான பாடம்
1 மினோவன் → மைசீனியன் 	கைப்பற்றல் + கலை மேலடுக்கு  புதிய ஆட்சி — உள்ளூர் பண்பாட்டு தொடர்ச்சியின் மீது மேலடுக்கு	 மேலோட்டத் தொடர்ச்சி ≠ வாரிசு
2 ஷாங் → சோ 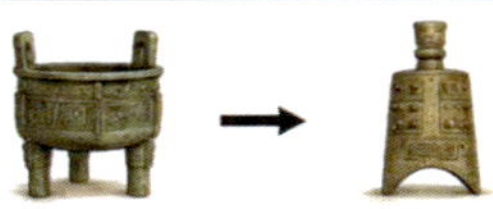	கீவண்டும்மண்ற அரசியல் உத்தி  பழைய சட்டம், எழுதுதல், சடங்கு ஆகியவற்றை தக்கவைத்து புதிய சட்டபூர்வ ஆட்சிகி உருவாக்கல்	 கட்டமைக்கப்பட்ட தொடர்ச்சி வேறு
3 வெண்கல கால வீழ்ச்சி 	ஒடுக்கம் + மீட்சி  வீழ்ச்சி பின் — உள்ளூர் குழக்கள் புதிய சூழலில் வாழ்வை மீண்டும் அமைத்தல்	 துணை–தெரியும் கடத்தல் சாத்தியம்
4 டியோட்டிஹுவாக்கன் → டிக்கல் 	உண்மையான பரவல் (தடயத்துடன்)  பொருட்கள், பாணி, தொழில், சின்னங்கள் தெளிவாக ஒரு இடத்திலிருந்து மற்றொன்றிற்கு	 குறிப்பிட்ட தடயமே நிரூபிக்கும்
5 காஹோக்கியா 	சுற்றுச்சூழல் சிதறல்  சற்றுச்சூழல் மாற்றம் மக்கள் இடப்பெயர்வு மற்றும் அமைப்பு சிதறலை எற்படுத்தியது	 ஹரப்பாவுக்கு மிகச் சரியான இணை

குறிப்பு: ஒவ்வொரு வழக்கும் வரலாற்று ஆதாரங்கள் மற்றும் தொல்லியல் தடயங்களை அடிப்படையாகக் கொண்ட ஒப்பீட்டு விளக்கங்களாகும்.

19.6 ஐந்து வழிமுறைப் பாடங்கள்

உலகளாவிய ஒப்பீடு, ஐந்து தெளிவான பாடங்களைத் தருகிறது. முதலாவது, கலாச்சார ஒற்றுமை வாரிசைக் குறிக்காது — BRW மட்கலனோ, கார்னீலியன் மணியோ, வடிகால் சேனலோ பகிர்வது, தனியே எந்த உறவையும் நிறுவாது. இரண்டாவது, காலவெளி கண்டறிதலானது — எந்த வழக்கும், ஆவணப்படுத்தப்பட்ட இடைத்தரகர் இல்லாமல், 1,300 ஆண்டு இடைவெளியில் நேரடி வாரிசைக் காட்டவில்லை. மூன்றாவது, குறிப்பிட்டது பொதுவானதை மிஞ்சும் — உண்மையான பரவல், குறிப்பிட்ட, கண்டறியக்கூடிய தடயங்களை விட்டுச்செல்கிறது.

நான்காவது, எழுத்து தீர்வே மிக அதிக-மதிப்புச் சான்று — இரு வழக்குகளிலும், எழுத்துப் பகுப்பாய்வே முடிவானது; சிந்து எழுத்து வாசிக்கப்படாத நிலையே, மிகப்பெரிய ஒற்றைத் தடை. ஐந்தாவது, துணை-தெரியும் கடத்தல் சாத்தியம் — வெண்கல கால வீழ்ச்சி காட்டுவதுபோல், கலாச்சார மரபுகள், வீழ்ச்சியிலிருந்து சிதறிய வடிவங்களில் தப்பித்து, பிற்காலத்தில் மீண்டும் தோன்றலாம். உலகப் பதிவில், 1,300 ஆண்டுகளும் 2,000 கி.மீ.யும் கடினமான நிலத்தால் பிரிந்த இரு நாகரிகங்கள் நேரடி வாரிசு உறவில் இருந்த ஒரு வழக்குகூட இல்லை.

> *உலகின் பாடங்கள், இந்நூலின் தொகுப்பை உறுதிப்படுத்துகின்றன. ஆனால் இறுதியில், எல்லாம் ஒன்றையே சார்ந்துள்ளது — சான்றை முழுமையாக வெளியிடுதல். அதன் முக்கியத்துவத்தை, இறுதி அத்தியாயம் வலியுறுத்துகிறது.*

அத்தியாயம் 20 · சான்று நிகழ்ச்சி நிரல் — வெளியீடும் தீர்வுக்கான பாதையும்

ஒரு கேள்வி அறிவியல் ரீதியாகத் தீர, சான்று வெளியிடப்பட வேண்டும் — பகிரப்பட வேண்டும், சோதிக்கப்பட வேண்டும், சர்வதேச மதிப்பாய்வுக்கு உட்படுத்தப்பட வேண்டும். கீழடிக் கேள்வியின் இறுதித் தீர்வும், இதையே சார்ந்துள்ளது.

20.1 ஏன் வெளியீடு முக்கியம்

தொல்லியல் அறிவு, ஒரு குறிப்பிட்ட சங்கிலி வழியே முன்னேறுகிறது: கச்சாத் தரவு → அகழ்வு அறிக்கைகள் → சக-மதிப்பாய்வுப் பகுப்பாய்வு வெளியீடுகள் → தொகுப்பு நூல்கள். கீழடிச் சான்றுகள், இரண்டாம் மற்றும் மூன்றாம் படிகளை முழுமையாக முடிக்காமலேயே, நான்காம் படியை (பொது விவாதத்தை) எட்டிவிட்டன. இந்த வரிசையை முழுமைப்படுத்துவதே, அடுத்த கட்டப் பணி.

20.2 என்ன வெளியிடப்பட்டது

தமிழ்நாடு தொல்லியல் துறை, 2015–16 முதல் 2021–23 வரையிலான பெரும்பாலான கீழடிப் பருவங்களுக்கு, அரசு ஆவணங்களாகப் பருவ-நிலை அகழ்வு அறிக்கைகளை வெளியிட்டுள்ளது. சர்வதேச சக-மதிப்பாய்வு இலக்கியத்திலும், சில முக்கியப் பகுப்பாய்வு வெளியீடுகள் தோன்றியுள்ளன.

20.3 என்ன இன்னும் வெளியிடப்படவில்லை

சக-மதிப்பாய்வு வடிவத்தில் இன்னும் வெளியிடப்படாத சில வகைத் தரவு உள்ளன: முழுக் கலைப்பொருள் அட்டவணைகள்; தாவர-விலங்குத் தொகுப்புத் தரவு; கீழ் அடுக்குக் கதிரியக்கத் தேதிகளுக்கான விரிவான சூழல் தகவல்; மட்கலன் பெட்ரோகிராஃபி மற்றும் XRF பகுப்பாய்வு; மற்றும் எந்த மரபணு ஆய்வும். இவை வெளியானால், பல திறந்த கேள்விகள் தீரும்.

20.4 முன்னுரிமை வெளியீடுகளும் சர்வதேச ஒத்துழைப்பும்

பின்வரும் வெளியீடுகள், நிலுவையில் உள்ள கேள்விகளை மிகத் திறம்படத் தீர்க்கும்: அனைத்து ஒன்பது அடுக்குகளையும் முழுத் தரவுடன் விவரிக்கும் ஒரு விரிவான அடுக்கு ஆய்வு; முழுச் சூழலுடன் அனைத்துத் தேதிகளையும் வெளியிடும் கதிரியக்க ஆய்வு; தாவரத் தொகுப்புப் பகுப்பாய்வு; மட்கலன்

தொழில்நுட்ப ஆய்வு; கல்வெட்டுத் தொகுப்பு. இந்த வெளியீட்டைத் துரிதப்படுத்த, ஒரு சர்வதேச கீழடி அறிவியல் குழு — TNAD தொல்லியலாளர்கள், இந்தியப் பல்கலைக்கழகங்கள், சர்வதேச நிபுணர்கள் இணைந்தது — மிகவும் உதவும்.

படம் 20.1. சான்று நிகழ்ச்சி நிரல் — கச்சாத் தரவிலிருந்து தீர்வுக்கான பாதை

காலப் பரப்பிலிருந்து மூலத்தை, வழித் தடம் தேடி, தீர்வொன்று எப்படிச் சாத்தியம்?

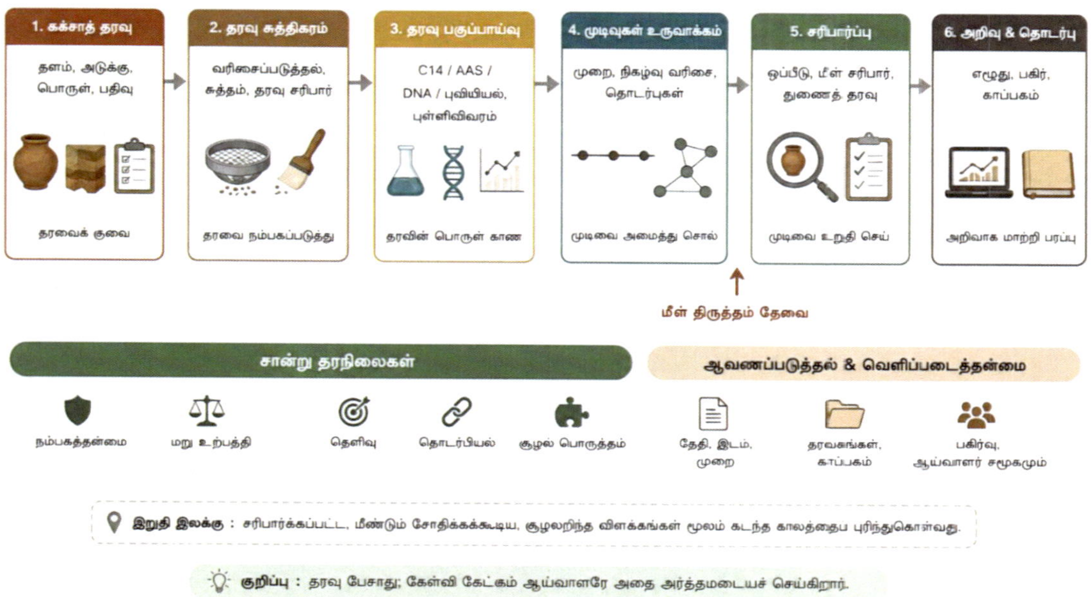

20.5 எதிர்நோக்கு: அடுத்த தசாப்தம்

ஹரப்பாவாலும் கீழடியாலும் எழுந்த கேள்விகள், உலகளாவிய தொல்லியலில் மிக முக்கியமானவை; துணைக்கண்டத்தைத் தாண்டிய தாக்கங்களைக் கொண்டவை. நாகரிகங்கள் எப்படிச் சிதைகின்றன, தப்பிப்பிழைக்கின்றன, தம் மரபுகளைக் கடத்துகின்றன, வாரிசர்களுக்கு வழிவகுக்கின்றன — என்பது, பூமியின் ஒவ்வொரு பண்டைக் கலாச்சாரத்திலும் எதிரொலிக்கும் ஒரு கேள்வி.

> **இறுதித் தொகுப்பு:** *ஹரப்பா கீழடியாக மாறியதா? உலகளாவிய ஒப்பீட்டாளர் பதிவின், தற்போதைய சான்றுகளின் ஒளியில், மிகத் துல்லியமான பதில் இது: அவை தொலைதூர உறவினர்கள் — மொழியியல் மூதாதை, உயிரியல் பாரம்பரியம், ஒரு பொதுவான கலாச்சார அடித்தளம் — இவற்றைப் பகிர்ந்துகொள்கின்றன; ஆனால் ஒவ்வொன்றும், ஓர் ஆயிரத்துக்கும் மேலான ஆண்டுகள் தனித்த வரலாற்றில், தனித்தனிப் பாதைகளில் வளர்ந்தது. உறவு உண்மையானது; பெற்றோர்-வாரிசு உறவு அல்ல.*

அத்தியாயம் 21 · ஹரப்பாவுக்கும் கீழடிக்கும் இடையே தொடர்ச்சி இருப்பதை நிரூபிக்க என்ன சான்றுகள் தேவை?

21.1 அறிமுகம்

தென் ஆசியத் தொல்லியலில் அதிகம் பேசப்படும் கேள்விகளில் ஒன்று, சிந்து அல்லது ஹரப்பா நாகரிகத்துக்கும் பின்னர் தென்னிந்தியாவில் உருவான சமூகங்களுக்கும், குறிப்பாக வைகை ஆற்றங்கரையில் அமைந்த கீழடி போன்ற குடியிருப்புகளுக்கும் நேரடியான தொடர்பு இருந்ததா என்பதாகும். இந்தக் கேள்வி பொதுவாக:

"ஹரப்பா கீழடியாக மாறியதா?"

என்று எளிமையாகக் கேட்கப்படுகிறது.

ஆனால் அறிவியல் பார்வையில் இந்தக் கேள்வி மிகவும் சிக்கலானது. ஒரு நாகரிகம் ஒரு இடத்தில் மறைந்து வேறு இடத்தில் அப்படியே தோன்றுவதில்லை. மக்கள் காலப்போக்கில் இடம்பெயர்கிறார்கள், கருத்துக்களைப் பகிர்கிறார்கள், புதிய சூழல்களுக்கு ஏற்ப மாறுகிறார்கள், புதிய கலாச்சார வடிவங்களை உருவாக்குகிறார்கள்.

தொல்லியல் ஆய்வு இவ்வாறான மாற்றங்களை ஊகங்களால் அல்ல, சான்றுகளின் மூலம் புரிந்துகொள்ள முயல்கிறது. எனவே சரியான கேள்வி:

"ஹரப்பா கீழடியாக மாறியதா?"

என்பதல்ல;

"ஹரப்பாவுக்கும் கீழடிக்கும் இடையே வரலாற்றுத் தொடர்ச்சி இருந்தது என்பதை நிரூபிக்க என்ன சான்றுகள் தேவை?"

என்பதாகும்.

இந்த அத்தியாயம் அந்தச் சான்றுகள் என்னவாக இருக்க வேண்டும் என்பதை விளக்குகிறது.

21.2 ஒற்றுமை என்பது தொடர்ச்சி அல்ல

வரலாற்றைப் புரிந்துகொள்ளும்போது பொதுவாக ஏற்படும் தவறு என்னவென்றால், இரண்டு கலாச்சாரங்களில் காணப்படும் ஒற்றுமைகள் அவை ஒன்றிலிருந்து ஒன்று வந்தவை என்று உடனே முடிவு செய்வதாகும்.

உதாரணமாக:

- ஒரே மாதிரியான மட்பாண்டங்கள்
- ஒரே மாதிரியான மணிகள்
- ஒரே மாதிரியான குடியிருப்பு அமைப்புகள்
- ஒரே மாதிரியான சின்னங்கள்

இவை காணப்பட்டாலும், அதனால் அவை ஒரே மரபிலிருந்து வந்தவை என்று நிரூபிக்க முடியாது.

ஏனெனில் இத்தகைய ஒற்றுமைகள் உருவாகக் காரணங்கள் பல இருக்கலாம்:

- வாணிகத் தொடர்புகள்
- கலாச்சார பரிமாற்றம்
- ஒரே மாதிரியான இயற்கைச் சூழல்
- தனித்தனியாக ஏற்பட்ட கண்டுபிடிப்புகள்

எனவே தொடர்ச்சி இருப்பதை நிரூபிக்க, காலத்தையும் இடத்தையும் இணைக்கும் தொடர்ச்சியான சான்றுகள் தேவை.

21.3 தேவையான தொல்லியல் சான்றுகள்

ஹரப்பாவுக்கும் கீழடிக்கும் இடையே தொடர்ச்சி இருந்தது என்பதை நிரூபிக்க மிக வலுவான ஆதாரம் தொல்லியல் சான்றுகளாகும்.

அதற்காக கண்டுபிடிக்கப்பட வேண்டியவை:

1. இடைநிலை குடியிருப்புகள்

வடமேற்கு இந்தியாவின் ஹரப்பா பகுதிக்கும் தென்னிந்தியாவிற்கும் இடையில் உள்ள இடைநிலை குடியிருப்புகள்.

2. தொடர்ச்சியான பண்பாட்டு மாற்றங்கள்

திடீர் மாற்றம் இல்லாமல் மெதுவாக வளர்ந்த பண்பாட்டு அடுக்குகள்.

3. மட்பாண்ட வளர்ச்சி

ஒரு காலத்து மட்பாண்ட வடிவம் அடுத்த காலத்தில் எப்படி மாறியது என்பதை காட்டும் தொடர்ச்சி.

4. கைவினை தொழில்நுட்பங்கள்

- மணி தயாரித்தல்
- உலோக வேலைப்பாடு
- கட்டடக் கலை

போன்ற தொழில்நுட்பங்களில் தொடர்ச்சி.

5. நகரத் திட்டமிடல்

காலவரிசைப்படி தொடர்பு காணக்கூடிய நகர அமைப்புகள்.

இன்றைக்கு இந்திய துணைக்கண்டம் முழுவதும் கலாச்சார தொடர்புகள் இருந்ததற்கான சான்றுகள் உள்ளன. ஆனால் ஹரப்பாவிலிருந்து தென்னிந்தியாவிற்கு வந்த பாதைகள் இன்னும் முழுமையாக தெரியவில்லை.

21.4 மரபணு (DNA) சான்றுகள்

பண்டைய DNA ஆய்வுகள் மனித வரலாற்றைப் புரிந்துகொள்வதில் மிகப்பெரிய மாற்றத்தை ஏற்படுத்தியுள்ளன.

தொல்லியல் பொருட்கள் பொருட்களைப் பற்றி சொல்கின்றன; DNA மனிதர்களைப் பற்றிச் சொல்கிறது.

2019-இல் வெளியான **ராகிகர்ஹி DNA ஆய்வு** முக்கியமான ஒரு முன்னேற்றமாகும்.

அந்த ஆய்வு காட்டியது:

- ஹரப்பா மக்களிடம் AASI (Ancient Ancestral South Indians) தொடர்புடைய மரபணுக்கள் இருந்தன.
- ஈரான் தொடர்புடைய விவசாய மக்களின் மரபணு பங்களிப்பும் இருந்தது.
- பின்னர் வந்ததாகக் கருதப்படும் ஸ்டெப்பி (Steppe) மரபணு அந்நபரில் காணப்படவில்லை.

இன்றைய தென்னிந்திய மக்களிடமும் AASI மரபணுக் கூறு அதிகமாக உள்ளது.

இது தென் ஆசியாவில் நீண்டகால மக்கள் தொடர்ச்சியை சுட்டிக்காட்டுகிறது.

ஆனால்:

மரபணுத் தொடர்ச்சி = கலாச்சாரத் தொடர்ச்சி

என்று சொல்ல முடியாது.

ஒரு மக்கள் தங்கள் மரபணுக்களைத் தக்கவைத்துக்கொண்டு:

- புதிய மொழி
- புதிய மதம்
- புதிய தொழில்நுட்பம்

ஆகியவற்றை ஏற்றுக்கொள்ளலாம்.

எனவே DNA மட்டும் போதுமான சான்றல்ல.

கீழடி, ஆதிச்சநல்லூர், கொடுமணல் போன்ற இடங்களில் இருந்து கிடைக்கும் பண்டைய DNA தரவுகள் மிகவும் முக்கியமானவை.

21.5 மொழியியல் சான்றுகள்

மொழியும் ஒரு முக்கியமான சான்றாகும்.

பல அறிஞர்கள்:

ஹரப்பா மக்களில் சிலர் திராவிட மொழிகளைப் பேசியிருக்கலாம்

என்று கருதுகின்றனர்.

இந்தக் கருத்து அடிப்படையாகக் கொண்டது:

- மொழியியல் ஒப்பீடுகள்
- விவசாயச் சொற்கள்
- புவியியல் பரவல்

ஆகியவற்றின் மீது.

ஆனால் ஒரு பெரிய சிக்கல் உள்ளது.

சிந்து எழுத்து இன்னும் வாசிக்கப்படவில்லை

சிந்து எழுத்து புரியாத வரை:

- அது எந்த மொழி?
- யார் பேசினர்?
- என்ன எழுதப்பட்டது?

என்பதை உறுதியாகக் கூற முடியாது.

தமிழ் மொழிக்கான முதல் நேரடி எழுத்துச் சான்றுகள் தமிழ்-பிராமி கல்வெட்டுகள் ஆகும்.

ஹரப்பாவுக்கும் கீழடிக்கும் இடையே மொழித் தொடர்ச்சியை நிரூபிக்க வேண்டுமெனில்:

- சிந்து எழுத்து வாசிக்கப்பட வேண்டும்.
- அது திராவிட மொழியுடன் தொடர்புடையது என்று நிரூபிக்கப்பட வேண்டும்.
- இடைநிலை கல்வெட்டுகள் கண்டுபிடிக்கப்பட வேண்டும்.

இவை தற்போது இல்லை.

21.6 பண்பாட்டு மற்றும் தொழில்நுட்பச் சான்றுகள்

மற்றொரு முக்கியமான ஆய்வுத் துறை பண்பாடு மற்றும் தொழில்நுட்பம் ஆகும்.

ஆய்வாளர்கள் ஒப்பிடுவது:

- விவசாயம்
- கைவினை உற்பத்தி
- உலோக வேலைப்பாடு
- ஆபரணங்கள்
- குடியிருப்பு அமைப்பு
- அடக்க மரபுகள்

ஆகியவற்றை.

தென்னிந்தியாவில் காணப்படும் சில முக்கிய அம்சங்கள்:

- கருப்பு-சிவப்பு மட்பாண்டங்கள் (BRW)
- மணி உற்பத்தி
- இரும்புத் தொழில்நுட்பம்
- தொலைதூர வாணிகம்
- நகரமயமான குடியிருப்புகள்
- நீர் மேலாண்மை

இவை முக்கியமானவை.

ஆனால் இவை உலகின் பல பகுதிகளிலும் காணப்படுகின்றன.

எனவே இவற்றை மட்டும் வைத்து தொடர்ச்சி இருப்பதாகக் கூற முடியாது.

21.7 இன்னும் கிடைக்காத சான்றுகள்

இன்றும் சில முக்கியமான சான்றுகள் நம்மிடம் இல்லை.

இவை இல்லாததால் தொடர்ச்சி இல்லை என்று கூற முடியாது.

ஆனால் மேலும் ஆய்வு தேவை என்பதை இது காட்டுகிறது.

21.8 எதிர்கால ஆய்வுகள்

எதிர்காலத்தில் பல புதிய ஆய்வுகள் இந்தக் கேள்விக்கு விடை அளிக்கலாம்.

DNA ஆய்வுகள்

- கீழடி
- ஆதிச்சநல்லூர்
- கொடுமணல்

போன்ற இடங்களில் இருந்து DNA கிடைக்கலாம்.

ஐசோடோப் (Isotope) ஆய்வுகள்

மக்கள் எங்கு பிறந்தனர், எங்கு வாழ்ந்தனர் என்பதை அறிய உதவும்.

இன்னும் கிடைக்காத முக்கிய சான்றுகள்

சான்று	தற்போதைய நிலை
வாசிக்கப்பட்ட சிந்து எழுத்து	இல்லை
கீழடியின் பண்டைய DNA	குறைவு
இடைநிலை இடம்பெயர்வு குடியிருப்புகள்	முழுமையில்லை
தொடர்ச்சியான கல்வெட்டு வரிசை	இல்லை
நேரடி தொல்லியல் பாதை	முழுமையில்லை
பரந்த பண்டைய மக்கள் மாதிரிகள்	தொடர்ந்து ஆய்வில் உள்ளது

இந்தச் சான்றுகள் முழுமையாக கிடைத்தால் மட்டுமே ஹரப்பா – கீழடி தொடர்பு பற்றி தெளிவான முடிவுக்கு வர முடியும்.

செயற்கை நுண்ணறிவு

சிந்து எழுத்தின் அமைப்பை ஆய்வு செய்ய உதவலாம்.

புதிய அகழாய்வுகள்

டெக்கான் பீடபூமி மற்றும் மத்திய இந்தியாவில் புதிய இடைநிலை குடியிருப்புகள் கண்டுபிடிக்கப்படலாம்.

21.9 முடிவுரை

"ஹரப்பா கீழடியாக மாறியதா?"

என்பது தென் ஆசியத் தொல்லியலின் மிகவும் சுவாரஸ்யமான கேள்விகளில் ஒன்றாகும்.

இன்றைய சான்றுகள் காட்டுவது:

- தென் ஆசியா முழுவதும் மக்கள் தொடர்புகள் இருந்தன.
- வாணிகம் நடைபெற்றது.

- கலாச்சார பரிமாற்றங்கள் நடந்தன.
- சில மரபுகள் நீண்ட காலம் தொடர்ந்தன.

ஆனால்:

ஒற்றுமை மட்டும் தொடர்ச்சியை நிரூபிக்காது.

அதே நேரத்தில்,

முழுமையான சான்றுகள் இன்னும் கிடைக்கவில்லை என்பதால் தொடர்பே இல்லை என்றும் கூற முடியாது.

எனவே ஹரப்பாவுக்கும் கீழடிக்கும் இடையிலான உறவு ஒரு முடிவான வரலாற்றுத் தீர்ப்பாக அல்லாமல், தொடர்ந்து ஆய்வு செய்ய வேண்டிய அறிவியல் கேள்வியாகப் பார்க்கப்பட வேண்டும்.

அறிவியலின் பலம் உறுதியான முடிவுகளில் இல்லை; புதிய சான்றுகள் கிடைக்கும் போது கருத்துகளைச் சோதித்து திருத்திக்கொள்ளும் திறனில்தான் உள்ளது. அந்த வகையில், ஹரப்பா–கீழடி தொடர்பு பற்றிய ஆய்வு எதிர்காலத்திலும் தென் ஆசியாவின் பண்டைய வரலாற்றைப் புரிந்துகொள்ள முக்கியமான துறையாகத் தொடரும்.

இணைப்பு A — முக்கியக் கலைச்சொற்கள்

அட்டவணை A.1. கலைச்சொல் அகராதி

கலைச்சொல்	விளக்கம்
 AASI (பண்டை மூல தென்னிந்தியர்)	இந்தியாவின் ஆழமான மூல வேட்டையாடி-சேகரிப்பாளர் மக்கன்தொகையிலிருந்து தோன்றிய வம்சாவளி. நவீன தென்னிந்தியப் பழங்குடி மக்களில் இக்கூறு அதிகம்.
 கருப்பு-சிவப்பு மட்கலன் (BRW)	ஒரு கலாச்சாரக் குறியீட்டு மட்கலன் மரபு — தலைகீழாகச் சுடப்படுவதால் மேல் கருப்பும் கீழ் சிவப்பும். நியோலிதிக் முதல் தென்னிந்தியாவின் பொதுவான மரபு; கீழடியில் ஆதிக்கம்.
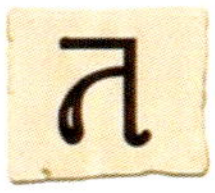 பிராமி	கி.மு. ~250 அசோகன் கல்வெட்டுகளில் சான்றுபடுத்தப்பட்ட பண்டை இந்திய எழுத்து; பிராகிருதம் மற்றும் பிற ஆரம்பகால இந்திய மொழிகளை எழுதப் பயன்பட்டது. பெரும்பாலான தென்/தென்கிழக்காசிய எழுத்துகளின் தாய் எழுத்து.
 கல்லறை-H கலாச்சாரம்	பஞ்சாபின் பிந்தைய-நகர்ப்புறக் கட்டம் (ஹரப்பாவில் உள்ள ஒரு கல்லறையின் பெயரால்); கலன் புதைகுழிகளும் தனித்த மட்கலனும். ஹரப்பாவின் அழிவல்ல, மாற்றம்.
 சிந்து எழுத்து	ஹரப்பா முத்திரைகன், மட்கலன்களில் காணப்படும் ~400 அடையானக் கல்வெட்டு முறை. இன்னும் வாசிக்கப்படவில்லை.
 OSL (ஒளி தூண்டப்பட்ட ஒளிர்வு)	மண் படிவு கடைசியாகச் சூரிய ஒளி கண்ட காலத்தை அளக்கும் காலக்கணிப்பு முறை.
 கதிரியக்கக் கரி (^{14}C)	கரிமப் பொருளில் கார்பன்-14 சிதைவை அளந்து வயதைக் கணிக்கும் முறை.
 ராகிகர்ஹறி	ஹறியானாவில் உள்ள மிகப்பெரிய அறிவிக்கப்பட்ட ஹரப்பாத் தளம். 2019-ல் முதல் ஹரப்பா நபரின் பண்டை DNA வெளியானது.
 ரௌலட்டட் மட்கலன்	இந்தியப் பெருங்கடல் கடல் வர்த்தகத்தின் குறியீட்டு மட்கலன் (கி.மு. ~300 – கி.பி. ~300). கீழடியினும் கண்டெடுக்கப்பட்டது.
 சங்க இலக்கியம்	கி.மு. ~300 முதல் கி.பி. ~300 வரை இயற்றப்பட்ட 2,381 பாடல்களின் தொகுப்பு — மிகப் பழமையான தமிழ் இலக்கிய மரபு.
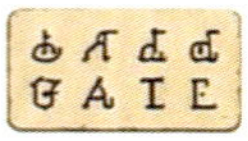 தமிழ்-பிராமி	தமிழ் ஒலியியனுக்கேற்றப் பிராமி திருத்தப்பட்ட எழுத்து; கி.மு. ~300 முதல் பயன்பாட்டில். சிந்து எழுத்துடன் நிரூபிக்கக்கூடிய தொடர்பு இல்லை.
 யாம்னயா	கி.மு. ~3300–2600 பொண்டிக்-காஸ்பியன் புல்வெளியின் வெண்கல கால கலாச்சாரம். யாம்னயா-தொடர்பு ('சவானா') மரபுவழி, தெற்காசியாவில் இந்தோ-ஆரிய விரிவாக்கத்தின் மரபணுக் குறியீடு.

இணைப்பு B — மேலும் படிக்க

இந்நூலின் தொகுப்புக்கு அடிப்படையான முக்கிய அறிவியல் ஆய்வுகளும் நூல்களும்.

குறிப்புநூல்கள் (References)

ஹரப்பா மற்றும் சிந்து நாகரிகம்

1. Allchin, B., & Allchin, R. (1997). *Origins of a Civilization: The Prehistory and Early Archaeology of South Asia*. Viking.
2. கெனோயர், ஜே. எம். (1998). *Ancient Cities of the Indus Valley Civilization*. ஆக்ஸ்ஃபோர்டு பல்கலைக்கழகப் பதிப்பகம்.
3. McIntosh, J. (2008). *The Ancient Indus Valley*. ABC-CLIO.
4. பொஸ்ஸேல், ஜி. எல். (2002). *The Indus Civilization: A Contemporary Perspective*. ஆல்ட்டாமிரா பிரஸ்.
5. Ratnagar, S. (2001). *Understanding Harappa: Civilization in the Greater Indus Valley*. Tulika Books.
6. Singh, U. (2017). *A History of Ancient and Early Medieval India*. Pearson Education.
7. Wright, R. P. (2010). *The Ancient Indus: Urbanism, Economy, and Society*. Cambridge University Press.

மரபணு ஆய்வுகள் மற்றும் தெற்காசிய மக்கள் வரலாறு

8. நரசிம்ஹன், வி. எம்., Patterson, N., Moorjani, P., மற்றும் பலர். (2019). "The Formation of Human Populations in South and Central Asia." *Science*, 365(6457), eaat7487.
9. Patterson, N., Moorjani, P., Luo, Y., மற்றும் பலர். (2012). "Ancient Admixture in Human History." *Genetics*, 192(3), 1065–1093.
10. ரீச், டி. (2018). *Who We Are and How We Got Here: Ancient DNA and the New Science of the Human Past*. Pantheon Books.
11. ஷிண்டே, வி., நரசிம்ஹன், வி. எம்., Rohland, N., மற்றும் பலர். (2019). "An Ancient Harappan Genome Lacks Ancestry from Steppe Pastoralists or Iranian Farmers." *Cell*, 179(3), 729–735.

கீழடி மற்றும் வைகை நாகரிக ஆய்வுகள்

12. அமர்நாத் ராமகிருஷ்ணா, கே. *Keeladi Excavation Reports and Technical Papers.*
13. ப்ரியங்கா, என்., மற்றும் பலர். (2019). "Chronology of the Keeladi Excavations: AMS Radiocarbon Dating Results." *Current Science*, 116(4), 542–547.
14. Rajan, K. (2022). *Keeladi: Life and Urbanism in Sangam Age Tamil Nadu*. Tamil Nadu Textbook and Educational Services Corporation.
15. தமிழ்நாடு தொல்லியல் துறை. (2019). *Keeladi: An Urban Settlement of Sangam Age on the Banks of River Vaigai*. சென்னை.
16. தமிழ்நாடு தொல்லியல் துறை. (2016–2023). *கீழடி அகழ்வு அறிக்கைகள்: பருவங்கள் 1–7.* சென்னை: தமிழ்நாடு அரசு.
17. தமிழ்நாடு தொல்லியல் துறை. *Annual Excavation Reports: Keeladi, Konthagai, Agaram and Manalur.*

தமிழ்-பிராமி, எழுத்து மற்றும் தொல்லியல்

18. Mahadevan, I. (2003). *Early Tamil Epigraphy: From the Earliest Times to the Sixth Century CE.* Harvard University Press.
19. Rajan, K. (2015). *Early Writing System: A Journey from Graffiti to Brahmi*. Manoo Pathippagam.
20. Subbarayalu, Y. (2014). *South India under the Cholas.* Oxford University Press.

சங்க இலக்கியம் மற்றும் பண்டைய தமிழ்ச் சமூகங்கள்

21. *தொல்காப்பியம்* (பல்வேறு விமர்சனப் பதிப்புகள்).
22. *எட்டுத்தொகை* (பல்வேறு விமர்சனப் பதிப்புகள்).
23. *பத்துப்பாட்டு* (பல்வேறு விமர்சனப் பதிப்புகள்).
24. Hart, G. L., & Heifetz, H. (1999). *The Four Hundred Songs of War and Wisdom: An Anthology of Poems from Classical Tamil.* Columbia University Press.
25. Kailasapathy, K. (1968). *Tamil Heroic Poetry.* Oxford University Press.
26. Zvelebil, K. V. (1975). *Tamil Literature.* Otto Harrassowitz.

தெற்காசிய தொல்லியல் மற்றும் நாகரிக ஒப்பீடுகள்

27. கிளைன், ஈ. எச். (2014). *1177 B.C.: The Year Civilization Collapsed*. பிரின்ஸ்டன் பல்கலைக்கழகப் பதிப்பகம்.
28. Childe, V. Gordon. (1950). "The Urban Revolution." *Town Planning Review*.
29. ரென்ஃப்ரூ, சி., & பான், பி. (2016). *Archaeology: Theories, Methods and Practice* (7-ஆம் பதிப்பு). Thames & Hudson.
30. Scarre, C. (Ed.). (2018). *The Human Past: World Prehistory and the Development of Human Societies*. Thames & Hudson.
31. Trigger, B. G. (2003). *Understanding Early Civilizations*. Cambridge University Press.

சுற்றுச்சூழல், குடியேற்றம் மற்றும் நாகரிக மாற்றம்

32. Diamond, J. (2005). *Collapse: How Societies Choose to Fail or Succeed*. Viking.

இணைய மற்றும் நிறுவன ஆதாரங்கள்

33. Archaeological Survey of India (ASI). *Excavation Reports and Publications*.
34. Cell Press. *Harappan Genome Research Publications*.
35. Harvard Medical School. *Ancient DNA and Indus Valley Research Resources*.
36. Tamil Nadu State Department of Archaeology. *Keeladi Portal and Related Publications*.

முடிவுரை

ஹரப்பா கீழடியாக மாறியதா என்ற கேள்வியின் இறுதிப் பதில், எளிமையானதல்ல. ஆனால் அந்தக் கேள்வியே, நம்மை இரு மகத்தான நாகரிகங்களுக்கு இடையே அழைத்துச் சென்றது — ஒன்று, சிந்து நதிக்கரையில் கி.மு. 2600-ல் செழித்தது; மற்றொன்று, வைகைக் கரையில் கி.மு. 600-ல் மலர்ந்தது. இவ்விரண்டும் மனிதச் சாதனையின் சான்றுகள்; இவ்விரண்டும் நம் கடந்தகாலத்தின் பகுதிகள்.

இந்நூல் சொல்வது இதுவே: ஹரப்பாவும் கீழடியும் தொலைதூர உறவினர்கள்; தாய்-தந்தை-குழந்தை உறவு அல்ல. அவர்கள், பகிரப்பட்ட மொழி மூதாதையையும், உயிரியல் வம்சாவளியையும், ஒரு பொதுவான தெற்காசியக் கலாச்சார வேரையும் கொண்டுள்ளனர். ஆனால் ஒவ்வொன்றும், தனித்த வழியில், தனித்த காலத்தில், தனித்த நிலத்தில் செழித்தது. கீழடிக்கு ஹரப்பா தேவையில்லை — ஆரம்பகாலத் தமிழ் நகர உலகம், தனக்கேயுரிய பெருமைகளைத் தானே கொண்டிருந்தது.

மண் பேசத் தொடங்கியுள்ளது. அதன் குரலை, முழக்கங்களால் அல்ல, பொறுமையான அறிவியலால்தான் கேட்க வேண்டும். கீழடியின் கதை, இன்னும் பெரும்பகுதி நிலத்தடியில் உறங்குகிறது; வரப்போகும் ஒவ்வோர் அகழ்வும், ஒவ்வொரு வெளியீடும், இந்தக் கதையை இன்னும் தெளிவாக்கும். அந்த அறிவியல் பயணம், இனிமேல்தான் தொடங்குகிறது.

நூலாசிரியர் பற்றி

முனைவர் பெருமாள் புகழேந்தி *ஒரு விஞ்ஞானி, கண்டுபிடிப்பாளர் மற்றும் பல்துறை ஆராய்ச்சியாளர் ஆவார். ஆற்றல் தொழில்நுட்பங்கள், பொருள் அறிவியல், மின்வேதியியல் அமைப்புகள், நானோதொழில்நுட்பம், எரிபொருள் கலங்கள், மின்கலங்கள் மற்றும் பயன்பாட்டுப் பொறியியல் ஆராய்ச்சி துறைகளில் நாற்பது ஆண்டுகளுக்கும் மேலான அனுபவம் கொண்டவர். அவரது ஆராய்ச்சி வாழ்க்கையில் நாசா (NASA), அமெரிக்க ஆற்றல் துறை (DOE), அமெரிக்க பாதுகாப்புத் துறை (DoD), அமெரிக்க விமானப்படை மற்றும் அமெரிக்க இராணுவம் ஆகியவற்றின் ஆதரவுடன் முன்னெடுக்கப்பட்ட பல்வேறு அறிவியல் மற்றும் தொழில்நுட்பத் திட்டங்களில் அவர் தலைமை தாங்கியும் பங்களித்தும் உள்ளார்.*

அறிவியல் மற்றும் பொறியியல் துறைகளில் நீண்டகாலமாகப் பணியாற்றியிருந்தாலும், தமிழர் வரலாறு, தொல்லியல் மற்றும் நாகரிக வளர்ச்சி குறித்த அவரது ஆர்வம் அவரை தென்னிந்தியாவின் பண்டைய சமூகங்களைப் பற்றிய ஆய்வுகளுக்குக் கொண்டு சென்றது. குறிப்பாக, கீழடி அகழாய்வுகள் வெளிக்கொணர்ந்த புதிய தொல்லியல் சான்றுகள், தமிழ் நாகரிகத்தின் தொன்மை, நகர்ப்புற வளர்ச்சி, எழுத்தறிவு, தொழில்நுட்ப திறன் மற்றும் பண்பாட்டு தொடர்ச்சி குறித்த பல புதிய கேள்விகளை எழுப்பின. அவை இந்த நூலின் உருவாக்கத்திற்கான முக்கியத் தூண்டுதலாக அமைந்தன.

தமிழ் மொழி மற்றும் இலக்கியத்தின் செழுமை பல நூற்றாண்டுகளாக அறியப்பட்டிருந்தாலும், கீழடி போன்ற அகழாய்வுகள் அந்த இலக்கிய உலகிற்குப் பொருள்சார் சான்றுகளையும் இணைத்தன. சங்க இலக்கியங்களில் காணப்படும் நகரங்கள், வணிகம், கைவினைத் தொழில்கள், சமூக அமைப்புகள் மற்றும் அறிவுசார் மரபுகள் வெறும் இலக்கியக் கற்பனைகள் அல்ல; அவை வாழ்ந்த சமூகங்களின் பிரதிபலிப்புகளாக இருக்கக்கூடும் என்ற ஆர்வத்தை இந்தக் கண்டுபிடிப்புகள் வலுப்படுத்தின.

இந்த நூலில், ஆசிரியர் ஒரு தொல்லியலாளராக அல்ல, ஒரு விஞ்ஞானியாகக் கேள்விகளை எழுப்புகிறார். சான்றுகள் என்ன சொல்கின்றன? அவை என்ன சொல்லவில்லை? தொல்லியல், மொழியியல், மரபணு ஆய்வு, சூழலியல்

மற்றும் இலக்கியச் சான்றுகள் ஒன்றோடொன்று எவ்வாறு தொடர்புபடுகின்றன? என்ற கேள்விகளுக்கான பதில்களை பல்துறை அணுகுமுறையின் வழியாக ஆராய முயல்கிறார். அறிவியல் ஆய்வின் அடிப்படைக் கொள்கைகளான சான்று, அவதானிப்பு, ஒப்பீடு மற்றும் விமர்சனச் சிந்தனை ஆகியவை இந்த நூலின் முழு கட்டமைப்பையும் வழிநடத்துகின்றன.

"**ஹரப்பா, கீழடியாக மாறியதா?**" *என்ற இந்த நூல், ஹரப்பா நாகரிகமும் தென்னிந்தியத் தொல்லியல் மரபுகளும் இடையே நேரடியான வாரிசுத் தொடர்பை நிரூபிப்பதற்காக எழுதப்படவில்லை. மாறாக, அந்தக் கேள்வியைச் சுற்றியுள்ள சான்றுகள், வாதங்கள், எதிர்வாதங்கள் மற்றும் அறிவியல் ஆய்வுகளை வாசகர்களுக்கு அறிமுகப்படுத்தும் நோக்கத்துடன் உருவாக்கப்பட்டுள்ளது. உலக நாகரிகங்களின் ஒப்பீட்டு வரலாறு, தொல்லியல் தரவுகள், மரபணு ஆய்வுகள், எழுத்து மரபுகள் மற்றும் தமிழ் இலக்கியச் சான்றுகள் ஆகியவற்றின் அடிப்படையில், ஹரப்பா–கீழடி தொடர்பு குறித்த விவாதத்தை சமநிலையுடனும் ஆதாரபூர்வமாகவும் அணுக இந்த நூல் முயல்கிறது.*

தமிழ் நாகரிகத்தின் ஆய்வில் கீழடி ஒரு புதிய அத்தியாயத்தைத் திறந்துள்ளது என்று ஆசிரியர் நம்புகிறார். இன்னும் பல கேள்விகள் விடையின்றி இருந்தாலும், புதிய அகழாய்வுகள், மேம்பட்ட அறிவியல் தொழில்நுட்பங்கள் மற்றும் பல்துறை ஆராய்ச்சிகள் எதிர்காலத்தில் மேலும் தெளிவான புரிதல்களை வழங்கும். அந்தத் தொடர்ச்சியான அறிவுத் தேடலில் மாணவர்கள், ஆராய்ச்சியாளர்கள் மற்றும் பொதுவாசகர்கள் அனைவரையும் பங்கேற்க அழைக்கும் முயற்சியாக இந்த நூல் அமைகிறது.

ஒரு விஞ்ஞானியின் பார்வையில், தமிழ் நாகரிகத்தின் வரலாறு என்பது வெறும் கடந்தகாலக் கதையல்ல; அது சான்றுகள், ஆய்வுகள் மற்றும் தொடர்ந்து வளர்ந்து கொண்டிருக்கும் மனித அறிவின் ஒரு திறந்த பயணம் ஆகும். அந்தப் பயணத்தில் வாசகர்களையும் இணைத்துச் செல்லும் அழைப்பாகவே ஆசிரியர் இந்த நூலைக் காண்கிறார்.

இந்நூலைப் படித்த அனைவருக்கும் நன்றி.

www.ingramcontent.com/pod-product-compliance
Lightning Source LLC
LaVergne TN
LVRC080247220926
848482LV00042B/347

* 9 7 9 8 9 0 6 0 0 9 5 5 5 *